கடவுள் வந்திருந்தார்

நாடகம்

கிழக்கு பதிப்பக வெளியீடுகளாக சுஜாதாவின் புத்தகங்கள்

மீண்டும் ஜீனோ
நிறமற்ற வானவில்
நில்லுங்கள் ராஜாவே
தீண்டும் இன்பம்
ஆஸ்டின் இல்லம்
அனிதாவின் காதல்கள்
நைலான் கயிறு
24 ரூபாய் தீவு
அனிதா இளம் மனைவி
கொலை அரங்கம்
கமிஷனருக்கு கடிதம்
அப்ஸரா
பாரதி இருந்த வீடு
மெரீனா
ஆர்யபட்டா
என் இனிய இயந்திரா
காயத்ரி
ப்ரியா
தங்க முடிச்சு
எதையும் ஒருமுறை
ஊஞ்சல்
ஓரிரவில் ஒரு ரயிலில்
மீண்டும் ஒரு குற்றம்
விக்ரம்
நில், கவனி, தாக்கு!
வாய்மையே சில சமயம்
வெல்லும்
ஆ..!
வசந்த காலக் குற்றங்கள்
சிவந்த கைகள்
ஒரே ஒரு துரோகம்
இன்னும் ஒரு பெண்
6961
ஜோதி
மாயா
ரோஜா
ஓடாதே
மேற்கே ஒரு குற்றம்
விபரீதக் கோட்பாடு
ஐந்தாவது அத்தியாயம்
மலை மாளிகை
விடிவதற்குள் வா
மூன்று நாள் சொர்க்கம்
பத்து செகண்ட் முத்தம்
கம்ப்யூட்டர் கிராமம்
இளமையில் கொல்
மேகத்தை துரத்தியவன்
ஒரு நடுப்பகல் மரணம்
நகரம்
இதன் பெயரும் கொலை
மண்மகன்
தப்பித்தால் தப்பில்லை
விழுந்த நட்சத்திரம்
முதல் நாடகம்
ஆட்டக்காரன்
ஜன்னல் மலர்
என்றாவது ஒரு நாள்
வைரங்கள்
மேலும் ஒரு குற்றம்
சொர்க்கத் தீவு
கனவுத் தொழிற்சாலை
ஆயிரத்தில் இருவர்
பதினாலு நாட்கள்
உள்ளம் துறந்தவன்
பிரிவோம் சந்திப்போம்
கரையெல்லாம் செண்பகப்பூ
இரண்டாவது காதல் கதை
நிர்வாண நகரம்
குருபிரசாதின் கடைசி தினம்
இருள் வரும் நேரம்
திசை கண்டேன் வான் கண்டேன்
ஆழ்வார்கள் - ஓர் எளிய அறிமுகம்
தேடாதே
விருப்பமில்லாத் திருப்பங்கள்
விரும்பிச் சொன்ன பொய்கள்
கை
ஆதலினால் காதல் செய்வீர்
நூற்றாண்டின் இறுதியில் சில சிந்தனைகள்
அப்பா, அன்புள்ள அப்பா
மிஸ். தமிழ்த்தாயே, நமஸ்காரம்!
சிறு சிறுகதைகள்
வாரம் ஒரு பாசுரம்
வானத்தில் ஒரு மௌனத்தாரகை
கடவுள் வந்திருந்தார்
அனுமதி
ஓலைப் பட்டாசு
சேகர், சிங்கமய்யங்கார் பேரன்
கம்ப்யூட்டரே ஒரு கதை சொல்லு
டாக்டர் நரேந்திரனின் வினோத வழக்கு
நிஜத்தைத் தேடி
பாதி ராஜ்யம்
சில வித்தியாசங்கள்

கடவுள் வந்திருந்தார்

நாடகம்

சுஜாதா

கிழக்கு

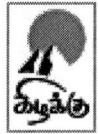

கடவுள் வந்திருந்தார்
Kadavul Vanthirundar
by Sujatha
Sujatha Rangarajan ©

First Edition: December 2013
104 Pages
Printed in India.

ISBN 978-81-8493-673-5
Kizhakku - *643*

Kizhakku Pathippagam
177/103, First Floor,
Ambal's Building, Lloyds Road,
Royapettah, Chennai 600 014.
Ph: +91-44-4200-9601
Email : support@nhm.in
Website : www.nhm.in

Cover Image: Shutterstock

Kizhakku Pathippagam is an imprint of New Horizon Media Private Limited

This book is sold subject to the condition that it shall not, by way of trade or otherwise, be lent, resold, hired out, or otherwise circulated without the publisher's prior written consent in any form of binding or cover other than that in which it is published and without a similar condition including this the rights under copyright reserved above, no part of this publication may be reproduced, stored in or introduced into a retrieval system, or transmitted in any form or by any means (electronic, mechanical, photocopying, recording or otherwise), without the prior written permission of both the copyright owner and the above-mentioned publisher of this book.

சுவாமின்னு என்னை ஆகாசத்துல ஏத்தி வச்சுட்டா எல்லாரும். என் நேரம் என்னது இல்லே. இப்ப நான் கோயிலுக்குப் போனா அப்பிடியே எல்லாரும் மண்டி போட்டுண்டு சேவிப்பா! நான் பார்த்தாலே போதும். உருகுவா! நான் சொல்ற ஒவ்வொரு சொல்லையும் வேத வாக்கா எடுத்துப்பா.

நம்ம ஸைக்காலஜி அப்பிடி... யாரையாவது, எதை யாவது விழுந்து சேவிச்சிண்டே இருக்கணும்.

கடவுள் வந்திருந்தார்

காட்சி 1

திரை விலகும்போது மேலிருந்த ஒரு நீல ஸ்பாட் விளக்கு மட்டும் நடுவே நின்றுகொண்டிருக்கும் சீனிவாசன் மேல் விழுகிறது. பின்னணியில் இருட்டு. *(சீனிவாசன் சபையினரைப் பார்த்து நிற்கிறார். கையில் ஒரு கோட், காலர் இல்லாத சட்டை, இடுப்பிலே பெல்ட் வேஷ்டி, வயது 55.)* நமஸ்காரம். எல்லாரும் வந்தாச்சுன்னு நினைக்கிறேன். ஆரம்பிக்கிறதுக்கு முன்னாலே சில அறிமுக வார்த்தைகள், என் பேர் எஸ்.எஸ். சீனிவாசன். சமீபத்தில் எனக்குச் சில விநோதமான விஷயங்கள் எல்லாம் நடந்தன. சில விசித்திர மான விஷயங்களைப் பார்த்தேன். பார்த்ததைப் பார்த்தபடி சொன்னது தப்பாகப் போய் எக்கச்சக்கமாகப் போய்டுத்து. உண்மை என்கிறது என்ன? ஆதிசங்கரர் ஒரு கேள்வி கேட்டார். 'பாக்கறதுக்கு ஒருத்தருமே இல்லைனா ஆகாசம் அப்பவும் நீலமா இருக்கு மாடா'ன்னுட்டு. ஏன்? ஒரு ஆள் பார்த்தாக்கூட போறாது. ரெண்டு பேர் பார்த்து ஒத்துப் போனாத்தான் உண்மைக்கே ஒரு வடிவம் வரதுன்னு நினைக்கிறேன். புரியாமப் பேசறேன் இல்லே? நீங்க பாருங்க. பார்த்ததும் புரியும். முதல்லே இருந்து சொல்றேன். அன்னிக்கு சனிக்கிழமைன்னு நினைக்கிறேன். *(பின்னணியில மெலிதாக சுப்ரபாதம் ஒலிக்கிறது.)* ஆபீஸுக்குக் கிளம்பிண்டிருந்தேன். நான் ஒரு சாதாரண ஆசாமி. சாதாரணக் குடும்பம். மனைவி, மகள்... சாதாரண நாள். ஆனா அன்னிக்கு நடந்தது என்னவோ சாதாரணமானதில்லை. ரொம்ப Strange! *(கோட் அணிந்து கொள்கிறார், மேடை முழு ஒளி பெறுகிறது.)*

காலை: மத்தியதரக் குடும்ப அறை. நடுவே நீண்ட பெஞ்சு. ஓரத்தில் ஒரு தையல் மெஷின். அதன் அருகே ஒரு படிக்கும் மேஜை. அதன் மேல் ஒரு மேஜை விளக்கு. மாடிக்குச் செல்லும் படிகள் வலது பக்கம். மாடி அறை வாசல் தெரிகிறது. சுவரில் சுவாமி படங்கள். ரவிவர்மா படங்கள். தாத்தா கடிகாரம் நின்றிருக்கிறது. இடது புறத்தில் சமையல் அறை. சற்றுத் தள்ளி இடது மேல் மூலையில் ஓர் அறையின் ஜன்னல் தெரிகிறது. சுவரில் ஸ்டாண்ட் மாட்டிப் பொருத்தப்பட்ட பழைய வால்வு ரேடியோ. நடுவில் வீட்டு வாசலில் கண்ணாடி மணித் திரை. பிரவேசங்கள் எல்லாம் நடுவிலிருந்த சௌகரியப்படி வைத்துக்கொள்ளலாம். ஜன்னல் திரை களாகப் பழைய வாயில் புடைவைகள் தொங்கு கின்றன. ஓரத்தில் பானையில் தண்ணீர் வைத்திருக் கிறது. நடுப்புற வாசலில் பின்னணியில் Cyclorama Effect கடைசியில் தேவைப்படும். நாடக இறுதியில் அந்தப் பின்னணியில் ஒரு கோயிலின் ஸில்ஹௌட் (Silhouette) தெரியவேண்டும்.

(சீனிவாசன் ஆபீஸ் கிளம்பத் தயாராகிறார். செய்தித்தாளை மேய்ந்து விட்டு, சுவாமி படத்திலிருந்த விபூதியை எடுத்து நெற்றியில் இட்டுக்கொண்டு - பின்னணியில் ஒலித்த சுப்ரபாதம் சடக்கென்று 'மச்சானைப் பார்த்தீங்களா' என்று மாறுகிறது. சீனி வாசன் ரேடியோவின் தலையில் தட்ட, அது மறுபடி சுப்ரபாதம் சொல்கிறது.)

சீனி : *லக்ஷ்மி!*

லக்ஷ்மி: *(அவர் மனைவி உள்ளேயிருந்து)* என்னன்னா?

சீனி : டிபன் ரெடியா?

லக்ஷ்மி : *(வந்துகொண்டே)* டிபனா?

சீனி : நான் ஆபீஸ் போக வேண்டாமா?

லக்ஷ்மி : ஆபீஸா? *(சமையலறையில் இருந்து வருகிறாள். அவரைப் பார்த்துத் திடுக்கிடுகிறாள்.)* என்ன இது, ஆபீஸுக்குக் கிளம்பிண்டிருக்கேள்?

சீனி : ஏன்?

லக்ஷ்மி : உங்களுக்கு ஞாபகமே இல்லையா? அங்கே பாருங்கோ... *(சுவரில் படத்தில் பெரிய ரோஜாப்பூ மாலை போட்டிருக்கிறது.)*

சீனி : ஓ! ஆமாம்! நேத்திக்கு ரிடையர் ஆனதுக்கு மாலை! நான் ரிடையர் ஆய்ட்டேன் இல்லை! சேச்சே! மறந்தே போய்டுத்து.

லக்ஷ்மி : என்னையாவது ஞாபகம் இருக்கா?

சீனி : *(தொடர்ந்து)* இனிமே ஆபீஸுக்குப் போகவே வேண்டாம் (He is a little upset) இன்னிலேயிருந்து ஒரேயடியா லீவு! (distant look) அப்படின்னா டிபன் கிடையாது. அடைக்கு நனைச்சு வச்சிருக்கேன்னு சொன்னியே!

லக்ஷ்மி : மெள்ளக் கல்லைப் போடலாம்னு நினைச்சேன்; நீங்க போய் தூங்குங்கோ. இப்பவே எழுந்து உருட்டா தீங்கோ. ஏழரை எட்டுக்கு எழுந்தாப் போறும்.

சீனி : நான் இல்லாமல் ஆபீஸ் எப்படி உருப்படப்போறது? இன்சார்ஜ் எடுத்துண்டு இருக்கானே சோமசேகர், ஒரு எழவும் தெரியாது. கைநாட்டு கேஸ். நாளைக்கே என்னைத் திருப்பிக் கூப்பிடப் போறான் பார்த்துக்கோயேன்.

லக்ஷ்மி : எனக்கு என்னமோ அப்படித் தெரியலே. நேத்திக்கு மீட்டிங்கிலே எல்லாரும் சிரிச்சிண்டு இருந்தாப்பலே தான் தோணித்து.

சீனி : உனக்குத் தெரியாது. கந்தசாமி அழுதுட்டான் தெரியுமா?

லக்ஷ்மி : கந்தசாமி பியூன். அவன் அழுதா என்ன! வேலை திரும்பக் கிடைக்கப் போறதா? சரி, சரி, இன்னிக்கு வசுவுக்கும் ஆபீஸ் லீவாம். பன்னண்டு மணிக்குத்தான் சமையல்.

சீனி : நீயும் ரிடையர் ஆய்ட்டியா?

லக்ஷ்மி : எனக்கு ஏது ரிடையர்? வசு இருக்காளே. ஒரு துரும்பை எடுத்து அன்னண்டை போடாத ராணி! அதை விட

உங்களை வீட்டிலே முழுசா வெச்சுண்டு என்ன பண்ணப் போறேன்னு திக்கு திக்குங்கிறது. கொஞ்சம் கத்தரிக்காயை நறுக்கித் தரேளா?

சீனி : கத்தரிக்காயை நறுக்கணுமா? ஓஹோ! அப்புறம் உள் அலம்பச் சொல்லுவே. பத்துப் பாத்திரம் தேய்க்கச் சொல்லுவே. ப்ரஷ்ஷைக் கொடுத்துப் பாசி தேய்ம்பே! வேலைக்காரனை நிறுத்திட்டு நீயே துடைடாம்பே.

லக்ஷ்மி : சேச்சே! அப்படி எல்லாம் சொல்லமாட்டேன்.

சீனி : ஒரு மனுஷன் ரிடையர் ஆய்ட்டானா அவன் என்ன பூச்சி ஆய்டறானா?

லக்ஷ்மி : பின்ன நீங்க ஆத்திலே உக்காந்துண்டு என்னதான் பண்ணப் போறேள்?

சீனி : எனக்கு எவ்வளவோ வேலை இருக்கு. எவ்வளவோ செய்யலாம்.

லக்ஷ்மி : என்ன? ஒண்ணு சொல்லுங்கோ பார்க்கலாம்?

சீனி : ம்... வந்து *(யோசித்து)* என்ன செய்யப் போறேன்? ஆனா சத்தியமா கத்தரிக்காய் நறுக்க மாட்டேன். எங்க வம்சத்திலே ஒருத்தரும் கத்தரிக்கா நறுக்கினதில்லே.

லக்ஷ்மி : நீங்க ஒண்ணும் கத்திரிக்கா நறுக்கவேண்டாம். கார்த்தால என்னை அவசரப்படுத்தாம இருந்தா சரி. எனக்கும் கொஞ்சம் ரெஸ்ட் வேண்டாமா? 25 வருஷமா நான் சமையலறையை விட்டு வெளியே வந்திருக்கேனா? அதான், நானும் வசுவும் இன்னிக்கு மார்னிங் ஷோ போப்போறோம்.

சீனி : அய்யய்யோ, எனக்குப் பசிக்கும்டி!

லக்ஷ்மி : பசிச்சா ஓட்டலிலே சாப்ட்டுக்குங்கோ!

சீனி : போன வாரம் சினிமா பார்த்தியேடி!

லக்ஷ்மி : டிவியிலே கையகலத்துக்குக் காட்டினான். பார்த்துட்டு வரதுக்குள்ளே பாலைக் கொட்டி, மோரைக் கொட்டி சமையல் உள்ளே ரகளை பண்ணி வெச்சிருந்தேள். ஏன்னா எனக்கு நிஜமாகவே கவலையா இருக்கு. பேசாம தினம் ஆபீஸ் போறாப்பல ஒரு பார்க்லயோ,

லைப்ரரிலயோ போய் உக்காந்துட்டு வாங்களேன். டிபன் கட்டித் தரேன்.

சீனி : சேச்சே! நான் பாட்டுக்கு ஆத்திலே ஒரு மூலைலே உட்கார்ந்துண்டு சயின்ஸ் ஃபிக்‌ஷன் படிச்சுண்டு, சுலோகம் சொல்லிண்டு, ரேடியோ கேட்டுண்டு... அப்புறம் சுவாசிச்சுண்டு.

லக்ஷ்மி : இனிமே சம்பளம் வராதா உங்களுக்கு?

சீனி : பென்ஷன் 350 ரூபா வரும்.

லக்ஷ்மி : பென்ஷன் 350 ரூபாய் எப்படிப் போறும்? திராவிடன் ஃபண்டுன்னு ஏதோ சொன்னீங்களே!

சீனி : பிராவிடன்ட் ஃபண்டுன்னு சொல்லு!

லக்ஷ்மி : திராவிடன் ஃபண்டு, அதானே சொன்னேன்.

சீனி : இங்கிலீஷ் பேப்பரை மாவு சலிக்கிறதுக்கு உபயோகப்படுத்தினா அவ்வளவுதான் வரும். பிராவிடன்ட் ஃபண்ட் எல்லாம் தொடக்கூடாது. அதில வர வட்டி, கிராச்சுட்டிலே வர வட்டி எல்லாம் சேர்த்து மொத்தம் மாசம் 500 தேறும்.

லக்ஷ்மி : 500 ரூபாயில் என்ன பண்ணப் போறோம்?

சீனி : இந்த மாதிரி பட்டுப்புடைவை எல்லாம் இனிமே உடுத்திக்கக்கூடாது. காபி சாப்பிட்டியா?

லக்ஷ்மி : சாப்பிட்டேன்.

சீனி : ஏன் சாப்பிட்டே? இனிமே ஒரு வேளைதான் காபி.

லக்ஷ்மி : அரிசியைக் கூட இனிமே எண்ணித்தான் சமைக்கணுமா?

சீனி : ஏன் உன் பொண்ணு சம்பாதிக்கலயா?

லக்ஷ்மி : அவ சம்பாதிச்சு கல்யாணத்துக்குச் சேத்துண்டிருக்கா.

சீனி : அவளுக்கு இப்ப என்னடி கல்யாணம்? குழந்தை அது! *(வசுமதி வருகிறாள், உற்சாகம், தைரியம்.)*

லக்ஷ்மி : குழந்தையா? உங்களுக்கு மேலே உசரமா இருக்கா?

வசு : அப்பா, நீங்க இன்னிலேருந்து ஃப்ரீ இல்லே!

சீனி : ஆமாண்டி கண்ணு. *(கன்னத்தைக் கிள்ளுகிறார்.)*

லக்ஷ்மி : கிலுகிலுப்பை காட்டுங்கோ!

வசு : என் சாரீ ரெண்டுக்கு இஸ்திரி போட்டு வெச்சுடறீங்களா?

சீனி : சரிதான்! அம்மா கத்திரிக்கா நறுக்கச் சொல்றா. நீ இஸ்திரி போடச் சொல்றே. என்னன்னு நினைச்சுண்டுட்டேள். எடுபிடிக்கு ஆள் ஆப்டுட்டான்னா?

வசு : உனக்குத்தான் ஆபீஸ் கிடையாதேப்பா இனிமே. எனக்கு ஏண்டா தினம் தினம் ஆபீஸ் போறோம்னு இருக்கு. அன்னிக்கு ஒரு ஆள் பஸ் ஸ்டாண்டிலே *(விசில் அடித்து)* நின்னு விசில் அடிக்கிறாம்பா.

லக்ஷ்மி : சீ, என்னடிது!

சீனி : நன்னா விசில்லே நோட் வாசிக்கிறே! Bandல சேர்த்துடலாம் போல இருக்கே!

லக்ஷ்மி : இதோ பார்ரீ! கொஞ்ச நாளைக்கு நீ வேலைக்குப் போய்த்தான் ஆகணும். உன் சம்பளத்திலேதான் இனிமே எல்லாம் ஓடணும்.

வசு : பொட்டல் காட்டிலே கொண்டு வீட்டைக் கட்டி வெச்சுட்டேள். இங்கேருந்து பஸ் ஸ்டாண்டுக்கு நடக்கறதுக்குள்ளே, அந்தப் பேட்டையிலே தமிழ்லே புதுசு புதுசா வார்த்தைகள் கேக்கறது. கொள்ட்டின்னா என்னப்பா?

சீனி : கொடை வள்ளல்னு அர்த்தம். பாரும்மா சீட்டி! நான் ரெண்டு மூணு இடத்திலே சொல்லி வெச்சிருக்கேன். பார்ட் டைமா அக்கவுண்ட் பார்க்கறதுக்கு. கஷ்டமோ, நஷ்டமோ எனக்கு ஏதாவது மறு வேலை கிடைக்கிற வரைக்கும் நீ ஆபீஸ் போய்த்தான் ஆகணும்.

வசு : ஹூம் *(சுளித்துக்கொண்டு)* என்ன ஆபீஸோ!

சீனி : ஏன் ஆபீஸ் சரியா இல்லையா?

வசு : ஆபீஸ் சரியாகத்தான் இருக்கு. ஆனா... *(மேலே மாடி அறையைப் பார்க்கிறாள்.)*

லக்ஷ்மி : என்னடி?

வசு : ஒண்ணும் இல்லேம்மா! *(மறுபடி மேலே பார்க்கிறாள்.)*

லக்ஷ்மி : சொல்லுடி... என்ன? சொல்லு!

வசு : *(யோசித்து)* சரி சொல்லிடறேம்ப்பா! என்னிக்காவது ஒருநாள் உனக்குத் தெரிஞ்சே ஆகணும். மாடிலே இருக்கானே சுந்தர்...

சீனி : தங்கமான பையன்!

லக்ஷ்மி : இருங்கோ, சுந்தர்?

வசு : அவன் வந்து... அவன் வந்து என்னைக் கொஞ்சம் தொந்தரவு பண்றாம்பா.

சீனி : சுந்தரா?

லக்ஷ்மி : அடப்பாவி! என்னடி செஞ்சான்? கையைப் பிடிச்சு இழுத்தானா? செருப்பால அடிக்கிறதுதானே?

சீனி : இரு, உடனே செருப்பைத் தூக்காதே, வசு... என்ன பண்றான் அவன்?

வசு : வந்து... அவன் எனக்கு ஒரு கடுதாசி எழுதி இருக்காம்பா! லவ் லெட்டர்ப்பா!

லக்ஷ்மி : லவ்னா?

சீனி : உனக்கும் எனக்கும் 25 வருஷமா இல்லாதது! எங்கே, கொண்டு வா அந்தக் கடுதாசியை.

வசு : *(தன் மார்பிலிருந்து எடுத்துக்கொடுக்கிறாள்.)*

லக்ஷ்மி : எங்கே வெச்சுண்டிருக்கா பாரு. அதுக்குத்தான் அடிச்சுண்டேன். மாடில தடிப் பசங்களைக் குடி வைக்கவேண்டாம்னு.

சீனி : இருடி. *(பிரித்துப் படிக்கிறார் நிதானமாக)* பிள்ளையார் சுழி, சென்னை 21.6.78, மனத்துக்கு இனியவளே! வசுமதி! நான் உன்னிடம் சொல்லச் சொல்லத் தயங்கி, சொல்ல முடியாத எண்ணங்கள் இவை. என் ஊனும், உயிரும்... பெரிய 'ற' போட்டிருக்கான். உன்னையே

எண்ணி ஒவ்வொரு கணமும்... *(நிமிர்ந்து)* அடப்பாவி! இந்தப் பய ரொம்பச் சாதுன்னு நினைச்சேன்.

லக்ஷ்மி : வெட்டிக் கட்டைல போறவன்! கடுதாசியே எழுதி யிருக்கான். இப்பவே அந்தத் தறுதலையைக் கூப்பிட்டு சப்ஜாடா காலி பண்ணச் சொல்லுங்கோ. பத்திண்டு வரது! ஏண்டி, போக்கணங்கெட்டவளே! அவன்தான் எழுதினான்னா நீ வாங்கிண்டு மார்லே வெச்சிண்டிருக் கியா? உன் புத்தி எங்கே போச்சு? ஓடுகாலி!

வசு : *(கோபமாக)* இரும்மா! இரு! ஏதோ புஸ்தகத்தை என் கைல கொடுத்தான். பிரிச்சுப் பார்த்தா இது இருக்கு. நீங்க ரெண்டு பேருந்தான் எதுக்கு எடுத்தாலும் சுந்தர் சுந்தர்னு தூக்கி வெச்சிண்டு குதிச்சீங்க. உங்ககிட்ட ஒரு மாதிரி பழகறான். என்னைப் பார்த்தாலே வேறே மாதிரி ஆயிடறான். எப்பப் பார்த்தாலும் பின்னாலே வரான். அதுக்கெல்லாம் ஒரு வழியா முடிவு கட்றதுன்னுதான் இன்னிக்குச் சொல்லிடறதுன்னு நான் தீர்மானிச் சுட்டேன். கூப்பிட்டு விரட்டுங்கப்பா!

லக்ஷ்மி : இதப் பாருங்கோ. இன்னிக்கு ஒண்ணுல ரெண்டு தீர்த்தாகணும், கூப்பிடுங்கோ அவனை.

சீனி : சரிடி. முழுக்கப் படிக்கலாம் *(தொடர்ந்து)* ம்... ஒவ்வொரு கணமும் வச, வச என்று என் இருதயம்.

வசு : 'வசு வசு' என்று 'வச வச' இல்லைங்கறதை அவன் அப்படி 'ச' மாதிரி போடறான்!

லக்ஷ்மி : இந்தக் கண்றாவியை முழுக்கப் படிச்சாகணுமா? கூப்பிடுங்கோ! கூப்பிட்டு பெல்டாலே வீறிடுங்கோ. உங்களுக்குத் தைரியம் இல்லேன்னா நான் வீர்றேன். அவுத்துக் கொடுங்கோ?

சீனி : வேஷ்டி அவுந்துடும்.

சுந்தர் : *(மாடி அறை வாசலில் தோன்றி அவர்களைப் பார்க் கிறான். துடிப்பான இளைஞன். தன்னம்பிக்கை & தைரியம்)* என்ன இங்கே ரகளை! *(மெதுவாக ஸ்டைலாக இறங்கி வருகிறான். மூவரும் ஸ்தம்பித்த நிலையில் நிற்கிறார்கள்.)*

என்ன வீட்டில ஏதாவது துக்கச் செய்தியா? எல்லோரும் அப்படியே ஸ்டில்லா நிக்கறீங்க. சார், நீங்க கேட்ட 'எதிர்கால மனிதன்'ங்கிற புஸ்தகம் லைப்ரரியிலேருந்து எடுத்துண்டு வந்திருக்கேன். மாமி ரேஷன் கார்டிலே என் பேரையும் போட்டு வாங்கிண்டு வந்திருக்கேன். கால் கிலோ சர்க்கரை அதிகம் கிடைக்கும். வசு... உனக்குச் சாயபு கடையிலே ரவிக்கை... Is anything wrong? மாமா? ப்ரைவேட்டா உங்க விஷயம் எதிலயோ குறுக்க வந்துட்டேனு நினைக்கிறேன், சந்தர்ப்பம் சரியில்லேன்னா வரேன். *(கிளம்ப.)*

சீனி : நில்லு! *(நிற்கிறான்.)*

லக்ஷ்மி : கேளுங்கோன்னா கேளுங்கோ.

சீனி : இந்தக் கடுதாசி நீ எழுதினதுதானே? *(கடிதத்துக்குப் பதில் விசிறி.)*

சுந் : இது கடுதாசி இல்லே விசிறி!

சீனி : இந்த விசிறி நீ எழுதினதுதானே?

சுந் : நீங்க *(கடிதத்தை அருகிலிருந்து எடுத்து)* இந்தக் கடுதாசியைச் சொல்றீங்கன்னு நினைக்கிறேன். *(பிரித்துப் பார்த்து)* ஆமாம். நான் எழுதினதுதான், வசுக்கு!

லக்ஷ்மி : என்ன தைரியம் பாத்தீங்களா? கேளுங்கோன்னா? பல்லில் போடுங்கோ.

சுந் : சீனி மாமா!

சீனி : சீனி மாமான்னு கூப்பிடாதே.

சுந் : சார். அதுல எழுதியிருக்கிறது உண்மை! நான் உங்க மகளைக் கல்யாணம் செஞ்சுக்க விரும்பறேன். தயாரா இருக்கேன். ஃபார்மலா அப்பா, அம்மாவைக் கூட்டி வந்து கேக்கலாம்னு நினைச்சேன். பிறத்தியார் கடுதாசியை எல்லாம் படிக்கக்கூடாது! BP எகிறிக்கும். வசு! நீ என்ன சிறுபிள்ளை மாதிரி இதை எல்லாம் அப்பா கிட்டே காட்டிண்டு.

லக்ஷ்மி : வீட்டை விட்டு வெளியிலே போகச் சொல்லுங்கோன்னா?

சுந் : வீட்டை விட்டு?

சீனி : வெளியே போகணும், ஆமாம்.

சுந் : போய்ட்டு 15 நிமிஷம் கழிச்சு வரணுமா?

சீனி : இல்லை காலி பண்ணணும்.

சுந் : *(சிரிக்கிறான்.)*

சீனி : சிரிக்கிறான்! சிரிக்க வேண்டிய விஷயமா இது?

சுந் : எதுக்கு காலி பண்ணணும்?

சீனி : வயசுப் பொண்ணுக்கு இந்த மாதிரி லெட்டர் எழுதினதுக்கு.

சுந் : வசு! நிஜமா சொல்லு, உனக்கு இஷ்டம் இல்லை யில்லையா? சாயபு கடைக்குப் போய் உனக்குத் தெச்ச ரவிக்கை எல்லாம் நின்னு வாங்கிண்டு வந்தேனே, தாங்க்ஸ்ன்னு புன்னகை செஞ்சியே! இஷ்டம் இல்லையா!

லக்ஷ்மி : அவளோட என்னடா பேச்சு உனக்கு!

சுந் : *(அதட்டி)* மாமி, புதுசா 'டா' போட்டுப் பேசாதீங்க. மரியாதை கெட்டுப் போய்டும்.

லக்ஷ்மி : நான் இவர்கிட்ட சொன்னேன்! சொல்லுங்கோன்னா! இடிச்ச புளி மாதிரி நிக்கறேளே!

சீனி : ஏய்! உனக்கே நன்னா இருக்கா, இந்த மாதிரி எல்லாம் கடிதாசி எழுதறது.

சுந் : தப்பா? சரி, ஸாரி.

சீனி : நீ படிச்சு என்ன பிரயோசனம்? உன் வயசில் நான் குடுமி வெச்சுண்டு சியாமளா தண்டகம் சொல்லிண்டு இருந்தேன். படிச்சுண்டு இருந்தேன்.

சுந் : குடுமி வெச்சுண்டே பக்கத்தாத்து அலமேலுவுக்கு சியாமளா தண்டகம் சொல்லித் தரேன்னு வேறே மாதிரி ஏதாவது செஞ்சிருப்பீங்க?

லக்ஷ்மி : என்னன்னா இது?

சீனி : சட்! உளர்றான். பொம்மனாட்டிகளை ஏறெடுத்துப் பார்த்ததில்லைடா! வேலைக்காரக் கிழவியைக்கூட நிமிர்ந்து பார்க்க மாட்டேன். எங்க வம்சம் வேறே.

லக்ஷ்மி : அவனோட என்னன்னா தர்க்கம்! இந்த க்ஷணம் காலி பண்ணச் சொல்லுங்கோ.

வசு : ஆமாம்பா! உடனே ரூம்ல இருக்கிற ஓவல்டின் டப்பி எல்லாத்தையும் தெருவிலே கொண்டு வெச்சுடுவேன்னு சொல்லுங்கோப்பா!

சீனி : ஓவல்டின் சாப்பிடறயா?

சுந் : எங்க மாமா, இப்ப கிடைக்க மாட்டேங்கறது.

லக்ஷ்மி : என்னன்னா இது?

சீனி : *(கோபமாக)* கெட் அவுட்.

சுந் : இத பாருங்கோ! அதெல்லாம் நடக்காது. ரெண்ட் கண்ட்ரோலர்க்கு எழுதிப் போட்டுடுவேன். இந்த ஒட்டை ரூமுக்கு 75 ரூபாய் பகல் கொள்ளை. இப்படி எல்லாம் திடீர்னு காலி பண்ண முடியாது.

சீனி : பார்க்கலாமா?

சுந் : பார்க்கலாமா?

சீனி : பார்க்கலாமா?

சுந் : பார்க்கலாமா! பார்த்துறலாம்!

வசு : இப்ப ரெண்டு ஆளை வெச்சு சாமான்களை வீதியிலே கொண்டு வெச்சுடலாம்ப்பா?

சுந் : அதே ஆளுக்கு எட்டணா ஜாஸ்தி கொடுத்தா, அடுத்த நிமிஷமே எல்லா சாமான்களையும் உள்ளே கொண்டு வெச்சுடறான். இதப் பாருங்க. காலி பண்றது வேற, காதல் கடுதாசி எழுதறது வேற. ரெண்டுக்கும் கனெக்ஷன் பண்ணிக் குழப்பாதீங்க. உங்க டாட்டருக்கு என்மேல் இஷ்டம்னு நினைச்சேன். எழுதினேன். இப்ப இஷ்டமில்லைன்னு தெரிஞ்சு போச்சு. இனிமே லெட்டர் எழுத மாட்டேன். தீர்ந்து போச்சு விவகாரம்.

ஆனா காலி பண்ற ஐடியாவை மட்டும் விட்டுருங்க. மு...டி...யாது...து. வசு, கடைசியா கேக்கறேன்.

வசு : ஷட் அப்.

சுந் : ஷட் அப்! நான் போறேன். ஆனா 'மாலை முரசு'ல தலைப்புச் செய்தி மாதிரி சொல்றேன். *(உரக்க)* காலி பண்ண முடியாது. அந்தப் பருப்பு வேகாது. *(மேலே போகிறான்.)*

சீனி : என்ன இது, கல்லூளி மங்கனா இருக்கான்.

லக்ஷ்மி : இவனை வீட்லே சேத்துண்டதே தப்பாப் போச்சு.

சீனி : ஆனால் இரு. இவன் முதலாளிகிட்டச் சொல்லி வேலை போக வைக்கிறேன்.

சுந் : ஃபாக்டரி ஆக்ட் படி அது முடியாது மாமாவ்!

(மேலே இருந்து)

(மாடி அறைக்குள் நுழைகிறான்.)

லக்ஷ்மி : பாருங்கன்னா! இன்னும் ஒருவாரத்திலே அவன் இந்த வீட்டை விட்டு வெளில போகலே, அப்புறம் நான் போறேன் பொறந்தாத்துக்கு.

சீனி : போக மாட்டேங்கறானே!

வசு : அப்பா! நீங்க இன்னும் கொஞ்சம் ஆக்ரோஷமா இருந்து இருக்கணும். அவனை விடுவிடுன்னு விட்டிருக்கணும். அதுக்குப் பதிலா சியாமளா தண்டகம், குடுமின்னு ஏதோ உளர்றீங்க.

லக்ஷ்மி : அவர் எப்பவாவது தைரியமா ஒரு வார்த்தை பேசியிருக்காரா? இருங்கோ, குழாயை நிறுத்திட்டு வந்துடறேன். மாடிலே தண்ணி வராதபடி.

வசு : அப்புறம் Fuseஐ பிடுங்கி விட்டுறலாம். அம்மா நான் குளிக்கப் போறேன். நீ குக்கரை வெச்சுட்டு கிளம்பிடு. சத்தம் வந்த உடனே அப்பா இறக்கி வெச்சுடுவார். நாம கிளம்பிடலாம்.

(இருவரும் செல்ல, சீனிவாசன் தனியாக இருக்கிறார்.)

சீனி : இந்த ஜெனரேஷனே புரியலை! கம்யூனிஸ்டா இருப்பான் போலே இருக்கு. முதல்லே இவதான் இவனைக் குடி வெச்சு, பையன் அப்படியே தங்கம் சத்யசந்தன், ரொம்ப ஒத்தாசைன்னு சொல்லிட்டு... இப்ப வெரட்டறதுக்கு மட்டும் நான் வேண்டியிருக்கு. *(சுந்தர் மாடியிலிருந்து இறங்கி வருகிறான். பனியனும் தோளில் துண்டும், கையில் சோப்புப் பெட்டி, புத்தகம்.)*

சுந் : *மாமா! நீங்க ஏன் இந்த விவகாரத்திலே தலையிட றீங்க!*

சீனி : *அடப் போடா! (திடுக்கிட்டுத் திரும்பியபின்)*

சுந் : உங்களுக்கு அந்த எதிர்கால மனிதன் புஸ்தகம் வேணுமா இல்லையா?

சீனி : ம்... வேணும்.

சுந் : உங்களுக்கு என் மேலே வெறுப்பா சொல்லுங்க? என்னை உங்களுக்குப் பிடிக்கலையா?

சீனி : பிடிச்சுது, இப்பப் பிடிக்கலை. அப்பாவுக்கு எழுதினா எந்தப் பொண்ணுக்குப் பிடிக்கும் சொல்லு?

சுந் : தப்பு, மாத்திச் சொல்றேள். காலி கீலி எல்லாம் பண்ணச் சொல்லாதீங்க. நான் கவனிச்சுக்கறேன். எல்லாம் சுமூகமா முடிச்சுடறேன். மாமா, நிஜமா சொல்லுங்க. என்னைக் கண்டா புடிக்கலியா உங்களுக்கு? மார் மேலே கை வைச்சுச் சொல்லுங்கோ, சத்தியமாச் சொல்லுங்கோ.

சீனி : புடிக்கலைன்னு இல்லை.. ஆனா நீ...

சுந் : உங்களை விட்டா யார் இருக்கா மாமா எனக்கு? வீட்டை விட்டு வெளியே போடாங்கறீங்களே! *(துண்டால் கண்களைத் துடைத்துக்கொள்கிறான் இயல்பாக.)*

சீனி : *(குழைந்து)* இதப் பாரு! எல்லாத்தையும் Seriousஆ எடுத்துக்காதே.

சுந் : உங்களுக்குன்னு லைப்ரரியிலே பிரபைரி பண்ணி புஸ்தகம் எடுத்துண்டு வந்தா, காலி பண்ணச்

சொல்றேளே! என் மனசு எவ்வளவு புண்பட்டது தெரியுமா? இந்தாங்க புஸ்தகம்...

சீனி : *(ஆவலுடன் அதைப் பார்த்து)* கிடைச்சுடுத்தா?

சுந் : 'எதிர்கால மனிதன்' பிரமாதமா இருக்கு.

சீனி : *(புரட்டி)* சுஜாதாவா? சினிமாக்காரள்ளாம் புஸ்தகம் எழுத ஆரம்பிச்சுட்டாளா?

சுந் : இது வேற! பெங்களூர்க்காரர், கொஞ்சம் Reel விட்டிருக்கார். நம்பும்படியா இல்லே. எதிர்கால மனிதன் இன்னிக்கும் இருக்கானாம். அவனை நாம் சந்திக்கலாமாம். ஏதோ டைம் டிராவல் அது இதுன்னு எழுதியிருக்கு. படிக்க சுவாரஸ்யமா இருக்கு மாமா. என் மேலே கோபமா?

சீனி : சேச்சே! சின்ன விஷயத்தை எல்லாம்...

சுந் : மாமி வரா! திட்டுங்கோ.

சீனி : அயோக்கிய ராஸ்கல். மறுபடி வந்துட்டியா? உன்னை என்ன பண்றேன் பாரு! என்னன்னு நினைச் சுண்டிருக்கே!

லக்ஷ்மி : *(நுழைந்து)* அவனோட என்னன்னா பேச்சு... ஏன் நம்மாத்துக்குள்ளே வந்தான்னு கேளுங்கோ...

சுந் : மாடில தண்ணி வரலை. குளிக்கணும். பாத்ரூம் காலி இருக்கா?

லக்ஷ்மி : கார்ப்பரேஷன் தண்ணி விடலைன்னா நாங்க என்ன பண்றது? சொல்லுங்கோன்னா!

சீனி : கார்ப்பரேஷன் தண்ணி விடலைன்னா நாங்க என்ன பண்றது?

சுந் : சரி, கீழே குளிக்கிறேன், உங்க பாத்ரூம்லே.

லக்ஷ்மி : முடியாது. தண்ணி வர்ற வரைக்கும் மாடிலே காத்துண்டிருக்கட்டும்.

சீனி : முடியாது.

சுந் : அப்படியா சேதி! *(விடு விடு என்று அருகில் இருக்கும் பானைக்குச் செல்கிறான். அதை எடுத்துக்கொண்டு*

நடுவில் வந்து தன் பனியனைக் கழற்றித் தன் மேல் தண்ணீர் விட்டுக்கொண்டு ஆனந்தமாகச் சோப்பு தேய்த்துக்கொள்கிறான்.)

சீனி : அடப்பாவி! அடியே! ஓடிப் போய்த் திறந்து விட்டுடு.

லக்ஷ்மி : (திடுக்கிட்டு ஓடுகிறாள்.)

சீனி : தப்பித் தவறி மாடி கக்கூஸ் குழாயை மூடிடாதே.

(திரை)

காட்சி – 2

அதே தினம்... இரவு... அதே அறை...

(வசு தையல் மெஷினில் புடைவைக்கு ஃபால்ஸ் தைத்துக் கொண்டிருக்கிறாள். சுந்தர் வருகிறான்.)

சுந் : என்ன... புடைவைக்கு ஃபால்ஸா?

வசு : (திரும்பிப் பார்த்து விட்டு வேகமாகத் தைக்கிறாள்.)

சுந் : உல்லி உல்லியா, ஜார்ஜெட்டா?

வசு : உங்க தலை!

சுந் : ரொம்பக் கோபமா இருக்காப்பலே இருக்கு. அம்மா இல்லே?

வசு : (மௌனம்)

சுந் : 'மாமி! மாமி!' இத்தனை நாழிக்கு வந்திருப்பாளே! இல்லே போலிருக்கு.

வசு : மிஸ்டர்! நான் தனியா இருக்கேன்னு வம்பு பண்ண லாம்னு நினைச்சுண்டிருந்தா... (கத்தரிக்கோலைக் காட்டுகிறாள்.)

சுந் : அதுக்கெல்லாம் தேவை இருக்காது. நான் ஒரு ஜென்டில் லவர், பூ மாதிரி.

வசு : (புடைவையை மடிக்கிறாள்.)

சுந் : என் மேலே கோபமா?

கடவுள் வந்திருந்தார் ○ 21

வசு : நீங்க யாரு?

சுந் : நீ ஏன் என்னை ஒத்துக்கலேன்னு எனக்கு நல்லாத் தெரியும்.

வசு : அப்படியா?

சுந் : நான் யார் வசு? ஒரு சின்ன கிளார்க். உனக்கு என்னைவிட அதிக சம்பளம். உனக்கு நான் சரிசமம் இல்லை, அதானே தப்பு?

வசு : அதில்ல. நான் உங்ககிட்ட பேசிட்டதனால உங்க மேலே எனக்குக் காதல்னு நீங்க நினைச்சிக்கிட்டீங்க பாருங்க, அதான் தப்பு. பொம்பளைங்களைப் பத்தி நீங்க தெரிஞ்சுக்க வேண்டியது நிறைய இருக்கு.

சுந் : உன்னைப் பத்தி எனக்குத் தெரியாதுன்னு சொல்றியா?

வசு : என்ன தெரியும்?

சுந் : நீ யாரை மனசில வெச்சிட்டு என்னை ஒதுக்கறேன்னு தெரியாதா எனக்கு!

வசு : *(சற்று அதிர்ந்து)* என்ன உளர்றீங்க?

சுந் : ராமமூர்த்தியைப் பத்தி எனக்குத் தெரியாதா?

வசு : ராமமூர்த்தியா, யார் அது?

சுந் : வசு! பாசாங்கு பண்ணாதே. ராமமூர்த்தி உங்க ஆபீஸ் மானேஜர், நீங்க ரெண்டு பேரும் எக்ஸார் ஸிஸ்ட் போனது தெரியாதா? அப்புறம் எதித்தாப்பல ஒரு ரெஸ்டாரண்ட்ல டுட்டி ஃப்ருட்டி சாப்பிட்டது தெரியாதா எனக்கு?

வசு : போன ஜென்மத்திலே போலீஸ் நாயா இருந்திருக்கீங்க!

சுந் : ராமமூர்த்தி காரெக்டர் எப்படின்னு எனக்குத் தெரியும்.

வசு : அப்படியா?

சுந் : He is after girls வசு.

வசு : அப்படியா! அந்தத் தகவலுக்கு ரொம்ப தாங்க்ஸ். உங்களுக்கு ராமமூர்த்தியைப் பிடிக்கலைன்னு தெரியறது. தனக்குக் கிடைக்காதது. அவருக்குக் கிடைக்கப் போறதேன்னு பொறாமையினாலே அவர் கெட்டவர் ஆய்டறார் இல்லே?

சுந் : எனக்குப் பொறாமை இல்லே வசு. கவலை.

வசு : ரொம்ப தாங்க்ஸ். என் நல்வாழ்வு பத்தி எவ்வளவு கவலை உங்களுக்கு!

சுந் : இந்த விஷயம் உங்கப்பாவுக்குத் தெரிஞ்சா எவ்வளவு வருத்தப்படுவார்.

வசு : சொல்லப் போறீங்களா? பயமுறுத்தறீங்களா?

சுந் : அப்படி இல்லை வசு.

வசு : சொல்லிக்குங்க. தாராளமா சொல்லுங்க. கறிகா வாங்கிண்டு வரப் போயிருக்கார். இப்ப வந்துடு வார். சொல்லுங்கோ.

சுந் : வசு. நீ என்னைத் தப்பா அர்த்தம் பண்ணிக்கறே.

வசு : இது பாருங்க, சுந்தர்! நான் ஒண்ணும் அப்படிப்பட்ட பெண்ணில்லை. உங்களுக்கும் ஒரு செய்தி சொல்றேன். கேளுங்க. ராமமூர்த்தி என்னைக் கல்யாணம் செஞ்சுக்கப் போறார். அவர் பெரிய மனுஷன். கிளார்க் இல்லே. கம்பெனிக்கு சொந்தக்காரர்.

ஆனா, அவரை விரும்பறது பணத்துக்காக இல்லை. பண்புக்காக. அவரை எனக்கு நல்லாத் தெரியும். அவுங்க அப்பா அடுத்த வாரம் இங்கே வரப் போறாங்க. வந்து என்னைப் பாத்துப் பேசி சம்பிரதாயமாத்தான் எல்லாம் நடக்கப் போறது. அப்பாகிட்ட நானே இதைச் சொல்லப் போறேன். அவர் சந்தோஷப்படப் போகிறார். அதுக்குள்ளே நீங்க சொல்றதா இருந்தாலும் சரி. இதெல்லாம் எக்ஸ்பிளெயின் பண்ணிக்கிட்டிருக்க சமயம் இல்லே. *(புடைவையைக் காட்டி)* ஜார்ஜெட்டு, நல்லா இல்லே? ராமமூர்த்தி தந்தார்.

(உள்ளே செல்கிறாள்.)

(சுந்தர் ஸ்தம்பித்து நிற்கிறான். சீனிவாசன் காய்கறி களுடன் நுழைகிறார்.)

சீனி : கூட்டுப் பண்ணலாம்னுட்டு வெள்ளரிக்கா பச்ச பச்சன்னு வாங்கிண்டு வந்தேன். என்ன சுந்தர், எப்படி இருக்கே? பிரமாதமடா அந்தப் புஸ்தகம், லக்ஷ்மி!

வசு : (உள்ளேயிருந்து) அம்மா டிவி பார்க்கப் போயிருக் காப்பா.

சீனி : கார்த்தாலே மார்னிங் ஷோ, ராத்திரி டிவி. என்னை உக்காத்தி வெச்சுட்டு இனிமேல் ரெண்டு பேரும் கூத்தடிக்கப் போறேள். சமையல் பண்ணியாச்சா?

வசு : (உள்ளேயிருந்து) பண்ணி எல்லாம் மூடி வெச்சிருக்கு. பசிச்சுதுன்னா போட்டுண்டு சாப்பிடச் சொன்னா.

சீனி : பாத்தியாய்யா! ஒரு நாளில் ஒரு மனுஷனை எவ்வளவு down ஆக்கிட்டாங்க! நீ ஏன் ஒரு மாதிரி இருக்கே?

சுந் : (சமாளித்து) ஒண்ணும் இல்லே மாமா.

சீனி : ம்ஹூம். பார்த்தா சரியா இல்லே.

சுந் : கார்த்தாலே காலி பண்ண மாட்டேனு சொன்னேன். இப்ப காலி பண்ணிடலாம்னு தோண்றது!

சீனி : கவலைப்படாதே. இனிமே குழாயை மூடமாட்டோம்.

சுந் : அதுக்கில்லை மாமா, எவ்வளவோ சின்னச் சின்ன ஆசைகளை எல்லாம் மனசிலே வைச்சுண்டு மோசம் போய்ட்டேன். உலகத்தில் ஒரு கிளார்க்கா இருக்கக் கூடாதா மாமா?

சீனி : இத பாரு! நான் கிளார்க்கா இருந்து ஹெட்கிளார்க் ஆகி, சூப்ரண்டா ஆகி தத்தித் தத்தித்தான் வந்திருக் கேன். உனக்கு என்ன? ஒரு கல்யாணம் பண்ணிண்டுடு. எஸ்எஸ்எல்சி படிச்சதா, அழகா சேப்பா ஒரு பெண்ணை உங்க ஊர் என்ன சொன்னே, கணபதி அக்ரஹாரம், அங்கே ஆப்டும். கல்யாணம் பண்ணிண்டுடு. எல்லாம் சரியாய்ப் போய்டும்.

கோபுகிட்ட சொன்னா நூறு ஜாதகம் கொண்டு தருவான்.

சுந் : மாமா! உங்களுக்குச் சொன்னாப் புரியாது.

வசு : *(அந்தப் புடைவை மாற்றிக்கொண்டு வருகிறாள்.)* அப்பா, நானும் போய்ட்டு ஒன்பதரைக்கு வந்துடுறேன். ஜானா வீட்டுக்குத்தான் போறேன். கவலைப் படாதீங்கோ! *(சுந்தரைப் பார்த்து)* சுந்தர் ஏதாவது சொன்னாரா என்னைப் பத்தி?

சுந் : யாரைப் பத்தி எனக்கென்ன? *(செல்கிறான்.)*

சீனி : *(அவன் போன திக்கைப் பார்த்து)* ஏதே வருத்தமா இருக்கான். நீ ஏதாவது திட்டினியா? நல்ல பிள்ளைம்மா அவன்.

வசு : வேறே ஒண்ணும் என்னைப் பத்திச் சொல்லலியே?

சீனி : இல்லே.

வசு : சரி, வரேன். மத்யான சாம்பாரைச் சுட வெச்சுக்கச் சொன்னா. (போகிறாள்.)

சீனி : நானும் மத்யான சாம்பாராய்ட்டேன். என்ன பண்றது? வீட்டுக்குக் காவலா வெச்சுட்டு டிவி பார்க்கப் போய்ட்டாள். இனிமே தினம் இதே ராமாயணம்தான். அந்தப் புஸ்தகத்தை எங்கே வெச்சுத் தொலைச்சேன்? *(தேடுகிறார்)* இனிமே அல்லி ராஜ்யம்தான். *(ரேடியோ போடுகிறார்)* *('உங்களுக்கு அதிக சக்தியும் ஊட்டமும் வேண்டுமா?' என்கிறது)* வேண்டாம். *(கனைக்கிறார். புத்தகத்தை எடுத்து வைத்துக்கொண்டு நடுவே வந்து உட்காருகிறார். படிக்கிறார்.)* அத்தியாயம் இரண்டு எதிர்கால மனிதனை நீங்கள் சந்திக்க வேண்டுமா? அது நிகழ்காலத்தில் சாத்தியம். ஆச்சரியப்படாதீர்கள். காலம் என்பது தொடர்ந்தேத்தியான ஒன்று. கடந்த காலம் நிகழ்காலம், எதிர்காலம் என்பதெல்லாம் ஒரு நேர்க்கோடு போல வானத்தில் நட்சத்திரங்களைப் பார்க்கும்போது நீங்கள் கடந்த காலத்தை, பல்லாயிரக்கணக்கான வருஷங்களுக்கு

முன் புறப்பட்ட ஒளியைப் பார்க்கிறீர்கள். தூரத்தில் நடப்பது போல் உங்களால் காலத்திலும் நடக்க முடியும். ஆனால், காலத்தில் நடந்து செல்லக் கூடிய வித்தையை நாம் இன்றும் கற்றுக்கொள்ளவில்லை. ஆனால், எதிர்கால மனிதன் கற்றுக்கொண்டுவிடு வான். கற்றுக்கொண்டு அவன் தன் கடந்த காலத்தில் பிரவேசிக்க முற்படும்போது, எதிர்பாராதவிதமாக நாம் எதிர்கால மனிதனைச் சந்திக்கும் வாய்ப்பு இருக் கிறது. திடுதிப்பென்று அவர்களில் ஒருவன் உங்கள் முன் வந்து குதித்தால் நீங்கள் ஆச்சரியப்படக் கூடாது.

(புத்தகத்தை வைத்துவிட்டு யோசிக்கிறார்.)

இதெல்லாம் நடக்குமா? *திடீரென்று உஊ என்று பழைய கார் ஹார்ன் போலச் சத்தம் கேட்க, குலுங்குகிறார்.* என்ன சத்தம்? *(மறுபடி உஊ. விளக்குகள் மங்குகின்றன.)* வோல்டேஜ் கம்மியா யிருக்கா என்ன? *(காற்றின் சத்தம்.)* ஜன்னலின் திரைச் சீலைகள் ஆடுகின்றன. டேப் ரிக்கார்டரைத் திருப்பிப் போட்டது போல் சத்தம். மறுபடி உஊஉ. *(அதற்கேற்ப குலுங்குகிறார்.)* லக்ஷ்மி, வசு, சுந்தரம், எல்லோரும் இல்லியே. என்ன இது! *(மேலே இருந்து பளிச் பளிச் என்று ஒரு சிவப்பு விளக்கு அணைந்து அணைந்து எரிகிறது. மறுபடி டேப் ரிக்கார்டர் திருப்பும் சத்தம் ர, ய், ய்... என்று எலெக்ட்ரானிக் சத்தம், படபடவென்று ஹெலி காப்டர் பிளேடுகள் அடித்துக்கொள்ளும் சத்தம், காற்று, விளக்குகள் முழுவதும் மங்கி விடுகின்றன.)*

சீனி : *(பயந்து)* சாமி கடவுளே... *(திருமந்திரம் சொல்கிறார்.)* இருளில் அந்தப் பைய Entrance பின்னால் சைக்ளோரமா திசையில் அல்ட்ராவைலட் ஒளியில் ஒரு வினோதமான பொருள் - சுருட்டி வடிவப் பொருள் மிதந்து மிதந்து இறங்குவது தெரிகிறது. அவர் ஸ்தம்பித்துப் பார்க்கிறார். என்னது அது, லக்ஷ்மி, வசு டிவி பார்க்கப் போய்ட்டியே, இந்த ஆச்சரியத்தை விட்டுட்டு... பறக்கும் சுருட்டா! என்னது அது... பலூனா... தட்டா... குரல் *(எதிரொலி யுடன்)* பூமி மனிதனே! பூமி மனிதனே!

சீனி : யாரை என்னையா? *(இரைகிறார்.)*

குரல் : ஆமாம், உன்னைத்தான் வாழ்த்துகள்! வாழ்த்துகள்!

சீனி : சுளை மாதிரி பிரியறதே! ஏணி ஒண்ணு வெளில வரது. யாரோ இறங்கறா... அங்கேன்னா வராப்பல இருக்கு... அய்யய்யோ! அந்தத் தடிக்குச்சியை எங்கே வெச்சிருக்கோ... *(வந்தவன் அங்கிருந்த ஊபா ஊபா! என்ற சைகையுடன் சொல்ல, அந்தப் பறக்கும் பொருள் விர்ர் என்ற சத்தத்துடன் மேலே ஏறுகிறது. மறைகிற மங்கல் ஒளி முடிந்து திடீர் என்று எல்லாம் பிரகாசமாகிறது.)*

சீனிவாசன் கையில் குடையை வைத்துக்கொண்டு ஓங்கத் தயாராக நிற்க, எதிரே புதிதாக வந்தவன் நிற்க... வந்தவன் வெள்ளை ஓவர்ஆல் போல் ஒன்று அணிந்துகொண்டிருக்கிறான். கண்ட இடம் எல்லாம் பைகள், தலையில் டென்டிஸ்ட் போல ஒரு வளையம். அதன் நடுவில் ஒரு பல்பு. சிறிய ஏரியல். சீனி, அவனை 'ஆ' என்று பார்த்திருக்க, அவனும் சீனியை ஆச்சரியத்துடன் பார்க்க... வந்தவன் முதலில் ப்ரெஞ்ச், ஜெர்மன், ரஷ்ய மொழி களில் வணக்கம் சொல், சீனி தமிழ் என்கிறார்.

வந்தவன் : ஆ! தமிழ் வணக்கம்.

சீனி : *(நடுக்கத்துடன்)* உன் டிரஸைப் பார்த்தா திருடன் மாதிரி இல்லையே.

வந் : திருடன்? *(தன் பல பைகளில் ஒன்றிலிருந்து ஒரு சிறிய அகராதியை எடுத்து, திருடன்... திரடன் என்று முணுமுணுத்துக்கொண்டு அர்த்தம் பார்க்க)* ஓ! ஜரிபா? *(சிரித்து - உடனே நிறுத்தி)* ஊஹூம். நான் திருடன் இல்லை.

சீனி : *(நடுக்கம் மாறாமல்)* பின்னே நீ யாரு?

வந் : நான் மனிதன். 22-ம் நூற்றாண்டு மனிதன். நீ மனிதன், நான் மனிதன். நீ இருபது, நான் இருபத்திரண்டு, இது என்ன?

சீனி : குடை! குடை!

வந் : குடை! மறுபடி அகராதி பாத்தது... குடை... ஆ அம்ப்ரா *(அதைப் பிடுங்கித் தூரப் போட்டு)* குடை கூடாது. கோபம் வரும்!

சீனி : இல்லே இல்லே.

வந் : உட்கார், பயப்படாதே. உட்கார்... *(கையைத் தூக்க.)*

சீனி : *(அந்த இடத்திலேயே உட்கார்ந்து)* உக்கார்றேன். உக்கார்றேன். அடிக்காதே.

வந் : பயம் வேண்டாம், நீ மனிதன். நான் மனிதன். நீ 'வா' சொன்னாய். நான் வந்தேன்.

சீனி : நான் 'வா' சொன்னேனா?

வந் : மனத்தில் நீ சற்று முன் நினைத்துக்கொள்ளவில்லை *(அதட்டி)* ஆமாம்!

சீனி : நினைச்சுண்டேன். நினைச்சுண்டேன்.

வந் : வந்துபுட்டேன். இது எந்த ஊர்?

சீனி : சென்னை! சென்னை!

வந் : *(தலையைக் குலுக்கிக்கொண்டு)* இது என்ன ஊர்? இப்போது சரிதாலே...னே 'ன' உச்சரிப்பு சுலபமாக வருவதில்லை.

சீனி : பரவாயில்லை! சீக்கிரம் போய்டுங்கோ! என் ஒய்ஃப் வந்துடுவா! மத்யான சாம்பாரைச் சுட வைக்கணும். அப்புறம் டிவி பார்க்கப் போறாங்க. எனக்குப் பயமா இருக்கு... *(அழ ஆரம்பித்து விடுகிறார்.)*

வந் : ஊ... ஊ... ஒரு வாக்கியம் ஒரு தடவை. அதற்கு மேல் கூடாது.

சீனி : சார், நீங்க யாரு... ராத்திரி வேளையிலே வானத்தைப் பிரிச்சுண்டு வரேளே! நீங்க யார்?

வந் : நான் எதிர்கால மனிதன். தமிழ் புதிதாகக் கற்றிருக் கிறேன். உம்முடன் சில தினங்கள் இருக்க வந்திருக் கேன்.

சீனி : அய்யய்யோ!

வந் : அர்த்தம்?

சீனி : என்ன? தங்க வந்திருக்கேளா? இங்கேயா?

வந் : இங்கே! தமிழில் எத்தனை இங்கே! இங்கே இங்ஙனே இந்சே இங்கிட்டு... இதில் எதை எடுத்துக் கொள்வது, நீ பேசும் தமிழ் என்ன?

சீனி : பேசறது பிராமணத் தமிழ்.

வந் : *(தன் பையில் பாக்கெட் கால்குலேட்டர் போன்ற ஒரு சாதனத்தை எடுத்து, அதில் பிராமணத் தமிழ் என்று சொல்லி அதன் பட்டன்களை அமுக்க, அதிலிருந்து ஒரு செகண்டு விர்ர்ர் என்று சத்தம் கேட்க, அவன் தலையைச் சிலிர்த்துக்கொண்டு)* இப்ப சொல்லுங்கோ! ஓய், என்ன கேக்கணும் உங்களுக்கு?

சீனி : *('ஆ' என்று பார்க்க...)*

வந் : ஏன் இப்படி ஆன்னு வாயைப் பொளந்துண்டு. உக்காருங்கோ (பக்கத்தில் தட்டுகிறான்.)

(உட்காருகிறார். வந்தவன் அருகில் உட்கார, சீனி அவஸ்தையுடன் நெளிகிறார்.)

வந் : உன் பெயர் என்ன?

சீனி : சீனிவாசன்.

வந் : கை கொடு.

சீனி : *(கை கொடுத்து)* ய்ய்ய்... ஷாக் அடிக்கிறது *(உதறிக்கொள்கிறார்.)*

வந் : மன்னிச்சுடுங்கோ. மாமா! வந்த உடனே கரண்ட்ட எடுக்க மறந்துட்டேன். *(தன் பையிலிருந்து ஒரு சின்னக் கம்பி எடுத்துக் கையில் சுற்றி, அதைத் தரையில் தொட, ய்ய்ய் என்ற சத்தம் வர)* இப்ப தொடலாம், பயப்படாம தொடலாம்.

சீனி : *(மேலாகத் தொட்டுப் பார்த்து)* இப்ப இல்லை.

வந் : பிரயாணத்தில் சார்ஜ் ஏறிண்டுடுத்து!

சீனி : சார், நீங்க நிஜமாகவே எதிர்காலமா!

வந் : வந்து எறங்கினேனே பார்க்கலையா?

சீனி : பார்த்தேன். சுருட்டு மாதிரி பெரிசா வந்து எறங்கித்து. அது என்ன பறக்கும் தட்டா?

வந் : கால யந்திரம்! ஒரு காலத்தில் இருந்து மற்றொரு காலத்துக்குத் தாவற யந்திரம். உங்க ஊர்ல எல்லாம் கிடையாது இல்லை?

சீனி : எங்க ஊர்ல தையல் யந்திரம்தான் உண்டு! எதிர்காலமா? இப்பதான் படிச்சேன். ஆனா இவ்வளவு சீக்கிரம் வந்துடுவேள்னு எதிர்பார்க்கலை! உங்க பேர் என்ன?

வந் : எங்களுக்கெல்லாம் பேர் கிடையாது. நம்பர். என் நம்பர், 18,16, 328 - 276.

சீனி : பின்னே உங்களை எப்படிக் கூப்பிடறது?

வந் : 'ஜோ'ன்னு கூப்பிடுங்கோ. எங்க கப்பல் பேரு 'ஜோ'. அதில வந்தவன் 'ஜோ' என்ன?

சீனி : ஏதோ மிட்டாய் மாதிரின்னா இருக்கு பேரு! ஊர் என்ன?

வந் : நோவா நகரம்! பிறந்தது 2088. இறக்கப் போவது 2188. நூறு வருதம்.

சீனி : வருதம் இல்லே, வருஷம்! நிஜமாகவே நீங்க எதிர்காலமா? (கண்ணைத் தேய்த்துக்கொண்டு, தன்னைக் கிள்ளிக்கொண்டு) கனாக் காண்றேனா?

ஜோ : இல்லை. என் விஜயம் நிஜம்!

சீனி : போய்டுவேளோல்லியோ?

ஜோ : மறுபடி கப்பல் வரப்போ போய்டுவேன்!

சீனி : அது எப்ப வரும்?

ஜோ : சொல்ல முடியாது! எனக்குப் பக்கத்தில் உட்கார்ந்திருந்தவர் ஒன்பதாம் நூற்றாண்டு பல்கேரியா,

அங்கே திராக்ஷைப் பழம் சீப்பா கிடைக்கும் போயிருக்கார். அதுக்குப் பக்கத்தில் இருந்த பொண்ணு ரிஸர்ச் பண்றா. ரொம்பப் பின்னாலே போய் ஆதிகாலத்துக்குப் போகணும்னா அதுக்கு வண்டி மாத்திக்கணும்னு தகராறு பண்ணிண்டிருந் தான் டிரைவர், அவனும் மனுஷன்தானே!

சீனி : ஒரு தடவை எர்த் பண்ணிக்கங்கோ. உங்களைத் தொட்டுப் பார்க்கறேன். எனக்கு இன்னும் நம்பிக்கை வரலை!

ஜோ : எனக்கு இந்தச் சிக்கல் வரும்னு நன்னாத் தெரியும்.

சீனி : என்ன சாப்பிடறேள்? மத்தியான சாம்பார் வேணா சுடப் பண்ணி...

ஜோ : ஓ சாப்பாடு! பசி. நீங்க சொன்னப்புறம்தான் எனக்குப் பசிக்கறது மாமா. *(தன் பையிலிருந்து ஒரு நீண்ட கம்பியை எடுத்துச் சுவரில் தேடுகிறான். ரேடியோவுக்கு அருகில் இருக்கும் பிளக் பாயிண்டைப் பார்த்து)* இந்த ஊர்லே ACயா? DCயா?

சீனி : ஏஸி

ஜோ : எத்தனை வோல்ட்?

சீனி : 220 வோல்ட்.

வந் : *(தன் பையிலிருக்கும் ஒரு சிறு பெட்டியில் 220ஐ அமைத்து அந்த ஒயரை பிளக் பாயிண்டில் சொருக, அவர் தலையில் இருக்கும் விளக்கு எரிய, சற்று நேரம் ய்ய்ய்ய் என்று சத்தம் வர, அது நின்றதும் பிளக்கைப் பிடுங்கி சுருட்டி வைத்துக்கொண்டு)* அப்பாடா, பசியாறச் சாப்பிட்டாச்சு!

சீனி : கரண்ட்டா?

வந் : ஆமாம்... நல்ல தித்திப்பா இருக்கு. உங்க ஊர் கரண்டு, எங்க பக்கம் கொஞ்சம் அசட்டுத் தித்திப்பா இருக்கும். *(ஏவ்! என்று ஏப்பம் விட, விளக்குகள் பிரகாசமாகின்றன.)*

சீனி : என்னது விளக்குகள் பிரகாசமாகிறதே!

வந் : ஜாஸ்தி சாப்டுட்டேன். உபரியா இருக்கிற கரண்டு எல்லாம் வெளில வரது. *(மறுபடி ஏப்பம் விட மறுபடி பிரகாசம் அடைய)* இப்ப சரியாய்டுத்து.

சீனி : உங்களைப் பார்த்தா பயமா இருக்கு. உடம்பிலே ரத்தம், தசை எல்லாம் கிடையாதா?

வந் : அதெல்லாம் போன நூற்றாண்டிலேயே முடிஞ்சு போய், இப்ப எல்லாம் சிலிக்கன் *(தன் Zipஐக் கழற்றி மார்பைக் காட்ட.)*

சீனி : மூடிடுங்கோ, மூடிடுங்கோ! டிரான்சிஸ்டர் ரேடியோவுக்குள்ளே இருக்கிற மாதிரி கசகசன்னு இருக்கு. என் ஒய்ஃபும் டாட்டரும் இப்ப திரும்பி வந்துடுவா. அவா உங்களைப் பார்த்தா பயந்துடுவா. சீக்கிரம் போய்டுவேளா!

வந் : அதெல்லாம் நடக்காது. வண்டி ரிடர்ன் ட்ரிப் வர வரைக்கும் இங்கேதான் இருக்கப் போறேன்.

சீனி : என்னடாது எழவாப் போச்சு.

வந் : எழவு என்ன அர்த்தம்? *(அகராதியைப் பார்க்க.)*

சீனி : அகராதியில் அந்த எழவெல்லாம் இருக்காது. என்ன செய்யப் போறேள்? வீட்டில் எடம் கிடையாது. எங்கே படுத்துப்பீங்க... எங்கே தூங்குவீங்க... எங்கே குளிப்பீங்க... கரண்ட் சார்ஜ் வேறே ஜாஸ்தி யாய்டும்.

ஜோ : நீங்க ஏன் மாமா கவலைப்படறேள்! நான் பார்த்துக் கறேன். உங்களுக்கு என்னாலே ஒரு தொந்தரவும் வராது.

சீனி : நீ கூட மாமான்னு கூப்பிட ஆரம்பிச்சிட்டியா?

ஜோ : நீ... நீங்க... சார்... மாமா இதெல்லாம் எனக்கு ஒரே குழப்பம். இப்படி வெச்சுக்கலாம். நான் உங்களை மாமான்னு கூப்பிடறேன். நீங்க என்னை 'ஜோ'ன்னு கூப்பிடுங்க.

சீனி :	இது என்னடாது! சனியன் புடிச்ச புஸ்தகத்தைப் படிச்சுட்டு வம்பாப் போச்சு.
ஜோ :	கவலைப்படாதீங்கோ, என்னாலே வம்பில்லை! உங்களுக்கு ஒண்ணும் நேராது. எப்பவும் ஒரு ஓரத்தில் நிப்பேன். கூப்பிடறப்போ வருவேன். உங்க காலத்தோட (அகராதியைப் புரட்டி) பழக்க வழக்கங்களை அறிஞ்சுக்க ஆசை!
சீனி :	அதுக்கு நான்தான் ஆப்ட்டேனா?
ஜோ :	(அதட்டி) ஏன் கூப்ட்டேள்?
சீனி :	நான் கூப்ட்டேனா, ஏதோ இந்தப் பைத்தியக்கார புஸ்தகத்தைப் படிச்சு, ஏதோ மனசில நினைச்சுண்டேன். அது இப்படித் திடுதிப்னு நேரில் வந்து குதிக்கும்னு தெரிஞ்சிருந்தா... சத்... சத்... சத்தியமாக நான் இனிமேல கூப்பிட மாட்டேன்... போய்டுப்பா? ஜோ!
ஜோ :	மாட்டேன். முடியாது. நேரம் வர வரைக்கும் இங்க இருந்தாகணும். என்னாலே ஒரு... தொந்தரவும் கிடையாது.
சீனி :	பரமேச்வரா! என்னடா இது சோதனை பிரபோ!
ஜோ :	பிரபோ... யாரு?
சீனி :	தெரிஞ்சவர்.
ஜோ :	உங்க பேர் என்னன்னு சொல்லியே?
சீனி :	என்னவா இருந்தா என்ன?
ஜோ :	இன்னும் 20 செகண்டிலே பேர் சொல்லலை, உன் மேலே ஏப்பம் விடுவேன். 20, 19, 18.
சீனி :	சொல்றேன், சொல்றேன் சீனிவாசன். (வெளியே பார்த்து) எங்கே இவளுக
ஜோ :	வரப் போவது யாரு?
சீனி :	என் மனைவி, மகள்.

ஜோ : மனைவின்னா?

சீனி : இது என்ன கேள்வி. உங்க ஊர்லே கல்யாணம் கிடையாதா?

ஜோ : கல்யாணம் *(அகராதி பார்த்து)* ஓ! தப்ருபா. அது 20, 50ல முடிஞ்சுடுத்து, தப்ருபா!

சீனி : இப்ப உங்க ஊர்ல என்ன வழக்கம்?

ஜோ : எதுக்கு?

சீனி : பிரஜா விருத்திக்கு?

ஜோ : பிரஜா விருத்தி. இரு *(அகராதியைப் பார்த்து பிரஜா விருத்தி காணோம்.)*

சீனி : பிள்ளைப் பேறு! இருக்கா பாரு.

ஜோ : பார்த்து ஓ... அதுவா... மற்றொரு மனிதன் பிறப்புக்கா? அது... நானும் ஒரு பெண்ணும் கை குலுக்குவோம்... ஷ்ஷ்ஷ்... அவள் பையிலிருந்து ஒரு சின்ன நோவை எடுத்துக் கொடுப்பா! நீங்க?

சீனி : இங்க கை குலுக்கி பத்து மாசம் ஆகும். தேவலையே! இடுப்பு வலி கிடுப்பு வலி ஒண்ணும் கிடையாதா?

ஜோ : விஞ்ஞானம் மாமா!

சீனி : ராத்திரி இங்கேயே தங்கப் போறயா? பக்கத்திலே காமாட்சி லாட்ஜ்ன்னு ஒரு நல்ல ஓட்டல் இருக்கு. அங்கே போய்டேன். ரூம் சார்ஜ் நான் தரேன். இந்தாத்தில் இடம் கிடையாதே.

ஜோ : இந்த இடம் எனக்குப் போறும்.

சீனி : போச்சுடா! என்ன இது? அர்த்த ராத்திரியில் வந்து தெம்பக் கூத்தாடி மாதிரி பாண்டைப் போட்டுன்னு நின்னா அவாள்ளாம் பயப்படுவா. எனக்கே கை கால் வெடவெடப்பு போகலை. வேஷ்டி தரட்டுமா?

ஜோ : என்னாலே ஒரு தொந்தரவும் இல்லை! பயப்படா தீங்க. உம்மோட தின வாழ்க்கை நாசமாகாது. *(வெளியே வசுமதி, லக்ஷ்மியின் குரல் கேட்கிறது.)*

சீனி : வந்துட்டா. நீ என்ன பண்றே? அந்த ரூம்லே கொஞ்ச நாழி உட்கார்ந்துட்டு...

ஜோ : தேவையில்லை மாமா. அவங்க பயப்பட மாட்டாங்க. பாருங்களேன்.

லக்ஷ்மி : ஏன்னா, ஏன்னா தூங்கறேளா என்ன? கதவைத் திறங்கோ.

சீனி : இரு வரேன். இப்ப போக மாட்டியா நீ, புடிச்சுத் தள்ளணுமா? (தொடப் போக) ய்ய்ய்... ஷாக் அடிக்கிறது மறுபடி...

ஜோ : மறுபடி கரண்ட்... கரண்ட் சேர்ந்துடுத்து. நீங்க போய்த் திறங்கோ. மாமி எத்தனை நாழி காத்திண்டிருப்பா... (கதவு இடிபட.)

சீனி : வரேன். வரேன்.

ஜோ : (உட்காருகிறான்.) என்ன சொல்லப் போறேள்? ஏர்ஃபோர்ஸை விட்டு கூரையைப் பிச்சுண்டு உள்ளே விழுந்துட்டான். நம்மாத்திலதான் இருக்கப் போறான்னுட்டு. (போகிறார். சற்று நேரம் பேசிக் கொண்டே வருகிறார்கள்.)

லக்ஷ்மி : நீங்க கூட வந்திருக்கலாம்னா, சந்திரலேகா! ரஞ்சன் அவளை வழுக்கி... வழுக்கி... சிரிப்பா இருந்தது. என்.எஸ். கிருஷ்ணன், டி.ஏ. மதுரம். அப்பறம் டி.ஆர். ராஜகுமாரி, சித்துப் பண்ணி வைச்சாப்பல.

சீனி : லக்ஷ்மி லக்ஷ்மி... இவர் வந்து...

(அவர்கள் இயல்பாக உள்ளே வர, ஜோ இருப் பதைக் கவனிக்கவே இல்லை. அருகில் உட்காரு கிறார். ஜோ சுகமாகத் தலைக்குப் பின் கை கட்டிக் கொண்டு காலாட்டிக்கொண்டு உட்கார்ந்திருக் கிறான்.)

வசு : சாப்பிட்டாச்சு.

சீனி : இவர் வந்து... இவர் வந்து...

வசு : பாலன் கருணை புரிவான்னு ஒரு பாட்டுப் பாடிண்டே அபிநயம் புடிக்கிறா பாருங்கோ.

	(காட்டுகிறாள். ஜோ அதே மாதிரி அபிநயம் செய்கிறான்.)
சீனி :	இவர் வந்திருக்கிறார். பேர் ஜோ.
வசு :	நீங்க இன்னும் சாப்பிடலியாப்பா? (ஜோவின் அருகில் உட்காருகிறாள். ஜோ அவளைப் பொம்மை போல் பார்க்கிறான்.)
சீனி :	என்னடி அவ்வளவு கிட்டத்தில் போய் உக்கார்றே?
வசு :	ஏன்?
சீனி :	அங்கே யார் உக்காந்திருக்கா பாரு.
லக்ஷ்மி :	(பார்த்து) யாரும் இல்லியே!
ஜோ :	நான் சொன்னேனே மாமா!
சீனி :	என்னது? யோவ் எந்திருய்யா! வயசுப் பொண்ணுய்யா!
வசு :	என்னப்பாது? தலைகாணியை அதட்டறேள்.
சீனி :	நாற்காலியிலே உட்கார்ந்திருந்தார். நீ பாட்டுக்கு அவர் மடில போய் உக்கார்றியே!
லக்ஷ்மி :	(அவரையே பார்த்துக்கொண்டிருந்தவள்) என்னனா இது. உளர்றேள். ஏதாவது நாங்க இல்லாத போது கண்டதை முழுங்கிட்டேளா?
சீனி :	எழுந்திருப்பா.
ஜோ :	ஏன்?
லக்ஷ்மி :	யாரை எந்திரிக்கச் சொல்றேள்?
ஜோ :	உக்கார்ந்திருந்தா என்ன... என் சிஸ்டர் மாதிரி...
சீனி :	எந்திருப்பானா?
வசு :	என்னப்பா! என்ன வந்திடுத்து உங்களுக்கு?
சீனி :	ஏய்! இங்கே உக்காண்டிருக்கிற ஆசாமியைத் தெரியலை உங்களுக்கு?
லக்ஷ்மி :	எங்கே?

சீனி : இதோ பார். இங்கே.

லக்ஷ்மி : தலைகாணின்னா இருக்கு.

சீனி : தலைகாணியா! ஆளுடி. ஜோ! முழுசா ஒரு ஆள் உக்காண்டிருக்கான். கண்ணு பொட்டையா?

ஜோ : மாமா! என்னை அவங்களால பார்க்க முடியாது. உங்களால மட்டும்தான் முடியும்.

சீனி : என்னது, என்னய்யா சொல்றே. நீ... நீ உக்கார்ந்திருக்கறதை அவங்களால...

ஜோ : பார்க்க முடியாது.

லக்ஷ்மி : என்னடிது தனக்குள்ளே பேசுகிறார்?

சீனி : அதை அப்பவே சொல்றதுதானே.

வசு : எதை?

ஜோ : சந்தர்ப்பம் வரலை!

லக்ஷ்மி : யாரோட பேசறேள்?

சீனி : இப்ப அவர் பேசினது காது கேக்கலியா?

ஜோ : கேக்காது.

லக்ஷ்மி : யார் பேசினா, என்ன இதெல்லாம்? ஏன்னா, ஏதாவது ஜுரமா?

சீனி : இப்பதாண்டி வந்து சேர்ந்தான். நான் பார்த்துண்டே இருந்தேன். உங்க கண்ணுக்குத் தெரியலை போல் இருக்கு. விசித்திரமா இருக்கு. இத பார் ஜோ. ஏதாவது செஞ்சி நீ இருக்கேன்னு காட்டு கமான், க்விக்!

ஜோ : அது முடியாது.

சீனி : முடியாது?

லக்ஷ்மி : வசு, என்னவோ பேத்தறார். என்னவோ ஆய்டுத்துடி இவுருக்கு. எதுத்தாத்திலே போய் போன் பண்ணி டாக்டரை...

சீனி : டாக்டரா? எதுக்கு டாக்டர்?

லக்ஷ்மி : என்ன என்னவோ உளர்றேளே! *(மெலிதாக அழுகை.)*

சீனி : உளறலை. பார்த்ததைச் சொல்றேன். இத பார் வசு, லக்ஷ்மி, இங்கே ஒரு ஆள் உக்காந்திருக்கான். எதிர் கால மனிதன். பேரு ஜோ... சித்த நாழி முன்னாடி வந்தான். விய்ய... விக்... உஊஉன்னு... கேட்டு *(abruptly stops) (அவர்கள் இருவரும் அவரைச் சந்தேகப் பார்வை.)*

லக்ஷ்மி : பெருமாளே! பரமேஸ்வரா! பார்வதி நாதா! என்ன ஆய்டுத்து இவருக்கு?

சீனி : வந்து பிளக்ல சொருகிண்டு ய்ய்ய்ய்னு சாப்பிட்டார். அப்புறம் தொட்டா ஷாக் அடிக்கிறது.

(இருவரும் சேர்ந்து அவரை உலுக்கி.)

வசு : அப்பா! அப்பா! சும்மா இருங்கப்பா! பயமா இருக் கப்பா. உங்களுக்கு என்னம்மாவது ஆய்டுத்துன்னா நாங்க என்ன ஆறதுப்பா? *(இருவரும் அழுகிறார்கள்.)*

ஜோ : *(எழுந்து மாடிப் படியில் ஏற, சீனிவாசன் அவனையே பார்த்துக்கொண்டு)* ஏர்றான் பாரு! மெதுவாக ராஜ நடை நடக்கிறான்.

லக்ஷ்மி : ஏன்னா! ஏன்னா! என்னடி ஆய்டுத்து? யாராவது சூன்யம் வெச்சுட்டாளா? என்னடி பண்ணுவேன்? ராத்திரி உன்னைத் தனியா டாக்டருக்கு அனுப்ப பயமா இருக்கே. அந்த சுந்தர் கட்டைல போறவன் எங்கே போய்ட்டான்?

வசு : அப்பா... அப்பா!

சீனி : *(திடுக்கிட்டு அவர்களைப் பார்த்து)* எதுக்கு அழறேள்? தோ நிக்கறார்... எனக்குத் தெரிகிறார்.

சுந் : *(வருகிறான்)* என்ன மாமி, என்ன?

வசு : இத பாருங்க. அப்பா என்னமோ மாதிரி பண்றார்.

சுந் : என்ன சார், சீனிவாசன் சார்.

லக்ஷ்மி :	இத பாருப்பா. யாராவது டாக்டரை அழைச்சுண்டு வாயேன்.
சுந் :	என்ன ஆச்சு சொல்லுங்க? வசு, கொஞ்சம் தண்ணி கொண்டு வா!
சீனி :	மாடியிலே நிக்கறான். சுந்தர் ரூம் கதவைத் திறந்து பார்க்கிறான். சுந்தர் உனக்குத் தெரியலை?
சுந் :	(மேலே பார்த்து) யாரு?
சீனி :	ஜோ!
வசு :	என்ன சுந்தர் இது?
சுந் :	இருங்கோ, ஏதோ 'டெலிரியம்'னு நினைக்கிறேன்.
லக்ஷ்மி :	மத்யான சாம்பாரைச் சூடு பண்ணாம குடிச்சிருப்பாரோ?
சுந் :	(தண்ணீர் அடித்து) மாமா... மாமா... இங்கே பாருங்கோ.
சீனி :	(சிலிர்த்துக்கொண்டு) சுந்தர், நீ கொடுத்தே பாரு, அந்தப் புஸ்தகத்தைப் படிச்சிட்டே இருந்தேனா... (ஜோ இறங்கி வர) இறங்கி வரான் பாரு.
சுந் :	நிஜமாகவே ஏதோ கெட்ட கனாக் கண்டிருக்கார். ஒன்றும் இல்லே. கவலைப்படாதீங்கோ! ரெண்டு பேரும் அழுதா எப்படி? மாமா அவன் கிடக்கான். நீங்க என்னோட வாங்க. வாங்க, பேசாம படுத்துத் தூங்கலாம். தூங்கினா எல்லாம் சரியாய்ப் போய்டும்.
	(என்னவா இருக்கும்? சித்தப் பிரமையா? திடீர்னு ரிட்டையர் ஆய்ட்டதனாலே வந்துடுத்தோ.)
ஜோ :	(இறங்கி வந்து) எனக்குக் கொஞ்சம் பிரயாணக் களைப்பு. இங்கேயே தூங்கட்டுமா?
சீனி :	இங்கே ஃபேனைப் போட்டுக்கோ. கொசு இருக்கும்.
சுந் :	சரி, போட்டுக்கறேன். கவலைப்படாதீங்கோ.

கடவுள் வந்திருந்தார் ○ 39

சீனி : போர்வை?

ஜோ : வேண்டாம் தாங்க்ஸ்!

சுந் : போர்வை எல்லாம் தர்றேன் வாங்க. ஏறக்குறைய தள்ளிக்கொண்டே அவரை உள்ளே செலுத்துகிறான் *(ரெண்டு செக்கனால் சாப்ட்டா போய்டும்.)*

சீனி : *(திரும்ப வந்து)* கார்த்தாலே போய்டுவியா ஜோ?

ஜோ : ம்ஹூம்.

சுந் : போய்டுவார். போய்டுவார். கவலைப்படாதீங்கோ.

லக்ஷ்மி : *(அழுதுகொண்டே)* அப்படி எல்லாம் பேத்தாதீங் கன்னா! பயமா இருக்கு.

(அவர்கள் அறைக்குச் செல்கிறார்கள்.)

ஜோ தன் பின்னாலிருந்து ஒயர் எடுத்து பிளக்கில் சொருகிக்கொண்டு விளக்கு எரிய, ய்ய்ய் என்று சத்தம் கேட்க - விளக்கை பிடுங்கி நடுவே வந்து கொட்டாவி விட, விளக்குகள் சற்றுப் பிரகாசமாக, கீழே உட்கார்ந்து மண்டி போட்டுக்கொண்டு பிரார்த்தனை பாணியில், 'என்னைப் படைத்து என் தின வாழ்க்கையை இமைக்கும் கம்ப்யூட்டர் தாத்தா வுக்கு வணக்கங்கள்' படுத்துக்கொள்கிறான்.

(திரை)

காட்சி – 3

மறுதினம் காலை

சீனி : *(தன் அறையிலிருந்து நியூஸ் பேப்பருடன் வந்து எல்லா இடத்திலும் ஜோவைத் தேடுகிறார்.)* காணாம போயிட்டான் போல இருக்கு. *(தலை யைச் சிலிர்த்துக்கொள்கிறார். உட்கார்கிறார். யோசிக் கிறார். எல்லாம் கனவாகத்தான் இருக்கணும், புத்தகத்தை எடுக்கிறார்.)* எதிர்கால மனிதன்! அதால வந்த வினை. ஏதோ கற்பனை பண்ணிண்டு ஊரைக் கூட்டிட்டேன். அவாள்ளாம் என்னைச் சித்தப் பிரமை கேஸ்னு நினைச்சுண்டிருப்பா.

லக்ஷ்மி : *(காபியுடன் வருகிறாள்)* காபி சாப்பிட்டு மறுபடி படுத்துண்டுடுங்கோ. உங்களுக்கு நல்லா ரெஸ்ட் தேவை.

சீனி : *(காபி அருந்தி)* ரகளை பண்ணிட்டேன் இல்லே.

லக்ஷ்மி : ரகளையா! எனக்குக் கையும் ஓடலை. காலும் ஓடலை. திமிர்றேள். யாரோடயோ பேசறேள். மாடில பார்க்கறேள். கீழே பார்க்கறேள். இனிமே அப்படிப் பண்ணாதீங்கோன்னா, என்னவோ ஆய்டுத்து, யாரோ பில்லி சூனியம் வெச்சுட்டான்னு அதிர்ந்து போயிட்டேன். உங்களை உள்ளே தள்ளிக் கதவு சாத்தறதுக்குள்ளே எம்பாடு உம்பாடுன்னு ஆய்டுத்து. ஆமாம்... என்ன ஆச்சு உங்களுக்கு நேத்திக்கு?

சீனி : அந்தப் பைத்தியக்கார புஸ்தகத்தைப் படிச்சிண்டிருந் தேனா? நீங்க பாட்டுக்கு என்னைத் தனியா விட்டுட்டும் போய்ட்டேளா? அதீதமா கற்பனை பண்ணிண்டுட்டேன். எதிர்கால மனிதன் வரப் போறான்னு அந்தக் கன்னாபின்னா புஸ்தகத்தில் எழுதியிருந்தான். ராத்திரி வேளை காத்தடிக்கிறது. கற்பனை பறக்க ஆரம்பிச்சு நிஜமாகவே ஒரு ஆள் வந்து நிக்கறாப்பலேயும், அவன் கரண்டு சாப்பிட்டுச் சத்தம் போட்டு, கைல ஒரு அகராதி, நெத்தியிலே ஒரு சேப்பு விளக்கு, வெள்ளையா பைபையா என்னவோ போட்டுண்டிருக்கான். ஏணிலே இறங்கு கிறான். ஊபா ஊபாங்கறான். *(அட்டகாசமாகச் சிரித்து)* என்ன ஒரு கற்பனை! *(திரும்ப)* பின்னால் ஜோ வந்து நிற்க...

ஜோ : குட்மார்னிங்!

சீனி : *(திடுக்கிட்டுத் திரும்பாமல்)* அடப் பாவி!

லக்ஷ்மி : என்னன்னா?

சீனி : ஒண்ணுமில்லே!

லக்ஷ்மி : இனிமே அந்தப் புஸ்தகத்தைப் படிக்காதீங்கோ. இந்த வெலவெலப்பை என்னாலே இனிமே

சமாளிக்க முடியாது. *(சீனி மறைமுகமாக ஜோவிடம் போ, போ என்று சைகை செய்ய.)*

ஜோ : என்ன சொல்றேள்? புரியும்படியா சொல்லுங்களேன்.

சீனி : லக்ஷ்மி! எனக்கு இன்னொரு கப் காபி கொண்டு வாயேன். மணக்க மணக்க நன்னா இருக்கு. இன்னிக்கு ஒரே நாள். சீக்கிரம்.

லக்ஷ்மி : இந்த காபியே இன்னும் குடிச்சபாடில்லே.

ஜோ : கொஞ்ச நாழி வெளில உலாத்திட்டு வந்தேன். என்னத்தையோ மெதிச்சேன்... சே... எங்க ஊர் எவ்வளவு சுத்தமா இருக்கும் தெரியுமா?

சீனி : இன்னும் போகலியா? *(மடக்கென்று குடிக்கிறார்.)*

ஜோ : நான் போற வேளை வரும்போது போவேன்.

(லக்ஷ்மி போகிறாள். நிற்கிறாள். சற்று சந்தேகத்துடன் திரும்பிப் பார்க்க ஜோவின் பக்கம் திரும்பி சீனிவாசன் சடக்கென்று திரும்பி அசடு வழிகிறார்.)
(அவள் சென்றதும்)

சீனி : மெதுவான குரலில் பாவி! பாவி! நீ கற்பனை இல்லையா! நிஜமாகவே இன்னும் இருக்கிறாயா?

ஜோ : இருக்கேன், இருப்பேன், இருந்தேன்.

சீனி : இத பார் ஜோ. நேத்திக்கு நீ இருந்ததிலே குழப்பம் ஏற்பட்டுப் போச்சு. இந்த மாதிரி திடீர்னு வந்து பேச ஆரம்பிச்சா என்னாலே உன்னைச் சமாளிக்க முடியாது. திடீர் திடீர்னு வராதே இப்படி. அப்புறம் வேஷ்டி கட்டிண்டு வா. தொம்பக் கூத்தாடி மாதிரி இந்த நிஜார் எல்லாம் வேண்டாம்.

ஜோ : நீங்க என்ன சொல்றேள்?

சீனி : *(சுற்றிலும் பார்த்து)* ஒரு ஒப்பந்தம் வெச்சுக்கலாம். ஒப்பந்தம்! டிக்ஷனரியைப் பார்க்கணுமா...

ஜோ : ஒப்பந்தம்? பார்த்து அக்ரீபா! சொல்லுங்கோ.

சீனி : நான் கூப்பிட்டாத்தான் இந்த அறைக்கு வரணும்.

ஜோ : சரி.

சீனி : நான் தனியா இருந்தாத்தான் நீ வரணும்.

ஜோ : தனி - புரியறது... தனியா இருக்கீங்கன்னு நான் எப்படித் தெரிஞ்சுக்கறது?

சீனி : எட்டிப் பாரு... ம் *(யோசித்து)* அது வேண்டாம். யாராவது வரப் போறான்னு எட்டிப் பார்த்தா, எப்படித் தெரியும்... ம்... *(சுற்றிலும் பார்க்க... சுவாமி படத்தின் அருகில் ஒரு மணி இருக்கிறது.)* இந்த மணி அடிச்சா நீ வா... இல்லைன்னா எங்கயோ விட்டத்திலேயோ, அட்டத்திலேயோ உக்காண்டிரு. மணி அடிக்கிறார்.

ஜோ : *(சிலிர்த்து)* - சரி!

(மாடியிலிருந்து சுந்தர் தெரிகிறான்.)

இந்தப் பேச்சைக் கவனிக்கிறான். சீனிவாசனை மட்டும் பார்க்கிறான். சீனிவாசன், சுந்தரைப் பார்க்க வில்லை.

சீனி : இப்படி வெச்சுக்கலாம். ஒரு மணி அடிச்சா நீ வரலாம். அதுக்கு முன்னாலே வந்துட்டே. என் கண்லே படாம ஓரத்திலே இருக்கணும். மணி அடிச்சாத்தான் பேசலாம். இரண்டு மணியடிச்சா உடனே போய்டணும்.

ஜோ : ஒரு மணி வரணும், ரெண்டு மணி போகணும். அவ்வளவுதானே.

சீனி : அவ்வளவுதான்.

சுந் : *(வியப்புடன் அவரைக் கவனிக்க.)*

சீனி : சரி, போய்ட்டு வரியா?

ஜோ : இரண்டு மணி அடிங்கோ.

சீனி : *(அடிக்க)* ஜோ... போக *(பின்னே லக்ஷ்மி நிற்கிறாள் - சமாளித்து)* ஓம் பரமேஸ்வரி - ஜகதீஸ்வரி...

லக்ஷ்மி : குளிக்கக் கூட இல்லை. பூஜை பண்றேளே!

சீனி : திடீர்னு பக்தி ஜாஸ்தியாய்டுத்து. *(சுந்தர் இறங்கி வருகிறான்.)*

லக்ஷ்மி : *(முகம் கடுமையாகிறது.)*

சுந் : அவ்வளவுதானா? மறுபடி டூவா? காரியம் ஆகிற வரைக்கும் சுந்தர் தேவையா இருக்கு. காலைல எல்லாம் சரியாப் போனதும் பழையபடி விரோதம். என்ன ஜனங்களப்பா! மாமி! இன்னும் மாமாவுக்குச் சரியாகலை. இப்பகூட தனக்குத் தானே பேசிண்டு, மணியை வெச்சுண்டு, கெக்கபிக்கேன்னு பண்ணிண்டிருந்தார்.

சீனி : சீ, நான் பூஜை பண்ணிண்டிருந்தேன்.

சுந் : வேற யாரோடயோ பேசிண்டிருந்த மாதிரின்னா.

லக்ஷ்மி : இத பாருப்பா. அவர் ஏற்கெனவே துர் சொப்பனம் கண்டுட்டு பிரமை புடிச்சாப்பலே இருக்கார். இப்ப அவரைப் போட்டுக் குழப்பி மறபடி பைத்திய மாகணும்னு ஆசையா உனக்கு?

சுந் : மாமி! எனக்கு ஒத்தாசை பண்ணணும்னுதான் ஆசை.

வசு : *(வந்து)* நீங்க எங்களுக்குப் பண்ணக்கூடிய ஒரே ஒத்தாசை வீட்டைக் காலி பண்றதுதான்.

சுந் : *(திடுக்கிட்டு)* ராத்திரிக்கு மட்டும் சுந்தர் தேவையா இருந்திருக்கேன் இல்லே! *(நாக்கைக் கடித்து)* என்ன பேத்தறேன் நான்!

வசு : ராத்திரி ஹெல்ப் பண்ணினதுக்கு தாங்க்ஸ். ஆனா, அதை வெச்சுண்டு உடனே ஒட்ட வேண்டாம்.

சுந் : நன்றி கெட்ட ஜென்மங்கப்பா! வசு, நான் உன்னைக் கவனிக்கிற விதத்தில் கவனிச்சிக்கறேன்.

வசு : பயமுறுத்தாதீங்க மிஸ்டர்.

சுந் : சார், நான் வரேன். உடம்பைப் பாத்துக்கோங்க. நீங்கள்ளாம் என்னதான் அனாச்சாரமாகப் பேசினா

	லும், என் உதவி தேவை இருக்கிறபோது நான் வரத் தயார், நீங்க கூப்பிட்டா மட்டும்.
சீனி :	தாங்க்ஸ்.
வசு :	தாங்க்ஸ் என்னப்பா தாங்க்ஸ், அந்தப் புஸ்தகத்தை ரிடர்ன் பண்ணிடுங்க. ('எதிர்கால மனிதனை'த் தூக்கி எறிகிறாள். பிடித்துக்கொண்டு மேலே போகிறான்.)
சீனி :	(சுந்தர் சென்றதும்) ஏம்மா... எவ்வளவு ஹார்ஷா இருக்கே... அவனோட...
வசு :	இல்லைப்பா... நேத்திக்கு ராமமூர்த்தியைப் பத்தி அவதூறாகப் பேசறான்ப்பா.
சீனி :	ராமமூர்த்தி யாரு? உங்க மானேஜரா?
வசு :	ஆமாம்ப்பா... ஒருநாள் நான் அறிமுகப்படுத்தி விடறேன்ப்பா... ரொம்ப நல்லவர்.
சீனி :	அவருக்கு எத்தனை வயசு?
வசு :	இருபத்தி ஒம்பதுப்பா. ஜூன் 6, 1949.
சீனி :	நம்மவரா?
வசு :	ஆமாம்ப்பா.
சீனி :	கல்யாணம் ஆயிடுத்தா?
வசு :	(உற்சாகத்துடன்) இல்லைப்பா.
சீனி :	தாயார், தோப்பனார்?
வசு :	அம்மா இல்லே. அப்பா இருக்கார். ரிடையர்டு தாசில்தார் அவர்.
சீனி :	ரொம்பக் கேட்பாளோ?
வசு :	சேச்சே... அவருக்கு வரதட்சிணைப் பிடிக்காதுப்பா.
சீனி :	அப்படியா! சரி, அவாளைப் போய்ப் பார்த்துட வேண்டியதுதான். நம்ம விசுவநாதன் பொண்ணு விமலா இல்லே, அவளுக்கு ஒரு நல்ல வரனா இருந்தாப் பாருன்னு எழுதியிருந்தான்.

வசு : *(ஏமாற்றம்)* விமலாவை எல்லாம் அவர் கல்யாணம் செஞ்சுக்க மாட்டார்ப்பா!

சீனி : ஏன்?

வசு : அவர் வந்து... வந்து... என்னைக் கேக்கறார்ப்பா!

சீனி : என்ன கேட்டான்?

வசு : கல்யாணம் பண்ணிக்கிறயான்னுப்பா... *(வெட்கம்)*

சீனி : கல்யாணம் பண்ணிண்டாச்சா?

வசு : சேச்சே! உங்க சம்மதம் இல்லாம நான் சரின்னு சொல்வேனாப்பா!

சீனி : போறது. அது மட்டுமாவது வெச்சிருக்கியே! லக்ஷ்மி, லக்ஷ்மி! உன் பொண்ணு என்ன காரியம் செஞ்சிருக்கா பாரு!

வசு : என்னப்பா!

லக்ஷ்மி : *(வந்து)* என்னவாம்?

சீனி : ஆபீஸ்லே ராமமூர்த்தி இல்லே, அவரைப் புள்ளே பார்த்து வெச்சிருக்கா. சீர் செனத்தி எல்லாம் நன்னா செய்வாளா? ஏன்னா எல்லாம் தலைகீழா இருக்கு.

லக்ஷ்மி : என்கிட்ட அப்பவே சொல்லிட்டாளே!

சீனி : உனக்கும் தெரியுமா?... எனக்கு மட்டும்தான் தெரியாதா? பந்தக்கால் வெச்சதும்தான் சொல்றதா உத்தேசமா?

லக்ஷ்மி : நானும் விசாரிச்சுப் பார்த்துட்டேன். நல்ல குடும்பம். அவாளே இங்கே வரப் போறா! வெள்ளிக்கிழமை... பழம், பாக்கு, வெத்தலை...

சீனி : யார் வரப்போறா?

வசு : ராமமூர்த்தியும் அவர் அப்பாவும் இன்னும் இரண்டு பேரும்.

சீனி : சரிதான். இவ்வளவு தூரத்துக்குப் போய்டுத்தா... ஆத்தில் நான் ஒருத்தன் புருஷன் இருக்கேன்.

வசு :	கோவிச்சுக்காதீங்கப்பா. சும்மா உங்களைப் பார்த்துப் பேசத்தான் வரா!
லக்ஷ்மி :	எவ்வளவு பெரிய மனுஷா தெரியுமா... அன்னிக்கு என்னைக் கோயில்ல பார்த்து கப்பல் மாதிரி கார்லே கொண்டு விட்டார். மாப்பிள்ளை தங்கக் கம்பி. சிரிச்ச மூஞ்சி... வசுவுக்கு அதிர்ஷ்டம்.
சீனி :	முகூர்த்தத்துக்கு நாள் பார்த்தாச்சா?
லக்ஷ்மி :	அதெல்லாம் பேசத்தான் வரா.
சீனி :	இல்லை நான் என்ன செய்யணும்?
லக்ஷ்மி :	பையனைப் பாருங்கோ. அவாளோட பேசுங்கோ. நம்மால என்ன முடியும்னு சொல்லுங்கோ. உங்க சம்மதம் இல்லாம ஒண்ணும் நடக்காது.
சீனி :	(கோபமாக) ம்ஹூம்!
வசு :	ஸாரிப்பா. உங்களுக்குக் கோபம் போல இருக்கு.
சீனி :	இல்லே சந்தோஷமா இருக்கு. என் பொண்ணு எதுக்கு அப்பாவுக்குக் கஷ்டம்னு தானே புள்ளை பார்த்து வெச்சுண்டிருக்காளே! சந்தோஷப்படாம என்ன!
வசு :	ஒங்களுக்கு இஷ்டமில்லைன்னா வேணாம்.
சீனி :	சேச்சே! அப்புறம் கை மேலே வந்த வரனை விட்டுட்டு, வேறே தேடி அல்லாடற போது உங்கம்மா சொல்லிச் சொல்லிக் காட்டுவா! நான் என்ன பண்ணணும்? சரிகை வேஷ்டி கட்டிண்டு அங்கவஸ்திரத்தோட 'வாங்கோ', 'வாங்கோ'ன் னுட்டு, சந்தனப் பேலாவில் விரலை விட்டுட்டு... மாப்பிள்ளையோடு சிரிக்கப் பேசிட்டு... கூட வந்த கிழவனாருக்கு... ஆ என்ன விசாரிச்சுட்டு... நடத்திட்டா போச்சு. (போகிறார்.)
லக்ஷ்மி :	என்னடி, இப்படிப் பேசறார்?
வசு :	எல்லாம் சரியாய்ப் போய்டும்மா! அவர்கிட்ட முன்னாடியே சொல்லலைன்னு குழந்தைக்

கோபம். வெள்ளிக்கிழமை பாரு. அட்டகாசம் பண்ணுவார். *(மேலேயிருந்த சுந்தர் இறங்கி வர, இருவரும் முகத்தைத் திருப்பிக்கொண்டு பேசாமல் செல்கின்றனர். சுந்தர் சிரித்துக்கொள்கிறான்.)*

(சுந்தர் மாடத்தில் இருக்கும் மணியை ஒரு தடவை அடிக்க ஜோ வருகிறான். அதைக் கவனிக்காமல் இரண்டு தடவை அடிக்க ஜோ செல்ல, மறுபடி ஒரு தடவை... மறுபடி ரெண்டு தடவை.)

ஜோ : *(அலுத்து)* ஏய் குரங்கு! அதை வை! *(சுந்தர் கவனிக்க வில்லை.)*

சீனி : *(வருகிறார்)* யாரது மணியோட விளையாடறது? *(ஜோவைப் பார்த்து)* வந்துட்டியா?

ஜோ : இந்தச் சும்பன் திருப்பித் திருப்பி அடிக்கிறான்? நிறுத்தச் சொல்லுங்கோ...

சுந் : நான்தான் மாமா. *(மறுபடி ஒரு தடவை அடிக்க.)*

ஜோ : நிறுத்தச் சொல்லுங்கோ! குழப்பம் ஆகிறது.

சீனி : சொல்றேன். சொல்றேன்.

ஜோ : உடனே நிறுத்தச் சொல்லுங்கோ...

சீனி : சரி! சரி!

சுந் : இந்த மணி அடிச்சதும் நீங்க ஏன் ஒரு மாதிரி ஆயிடறேள்? தானாகவே பேசிக்க ஆரம்பிச்சுடறேள்.

சீனி : தானா பேசிக்கலை! நான் எப்படி இதை உனக்குச் சொல்றது? நம்ப மாட்டியே.

சுந் : எங்கிட்ட சொல்லிப் பாருங்களேன். நம்ப முடியுமா பார்க்கறேன்.

சீனி : சிரிக்காதே, சீரியஸ்.

சுந் : சீரியஸ்.

சீனி : இந்த இடத்திலே ஒரு ஆள் உக்காந்திருக்கான்னா நீ சிரிப்பே!

சுந் : சிரிக்கலை... சொல்லுங்கோ.

சீனி : இத பார், இந்த நாற்காலியில் முழுசா ஒரு ஆள் வெள்ளையா... இது என்ன ஜோ...? Overall... ஆ அதைப் போட்டுண்டு உக்காந்திண்டிருக்கான். நெத்தில ஒரு பல்பு.

சுந் : நம்பச் சொல்றேளா!

சீனி : நிஜம், அதுதான்.

சுந் : என்ன பண்ணிண்டிருக்கான்?

சீனி : உன்னைப் பாத்திண்டிருக்கான், ஏப்பம் விட்டா விளக்குப் பிரகாசமாகிறது.

சுந் : ஏப்பம் விடச் சொல்லுங்கோ பார்க்கலாம்.

சீனி : ஜோ, ஒரு ஏப்பம் விடேன்.

ஜோ : (முயன்று) வரலை.

சீனி : வரலையாம்.

சுந் : சீனி மாமா என்ன இப்படி ரீல் விட ஆரம்பிச்சுட்டீங்க? அந்த சுஜாதா புஸ்தகம் உங்களை என்னவோ செஞ்சிருக்கு.

சீனி : புஸ்தகம் படிச்சுண்டு இருந்தபோதுதான்...

சுந் : இந்தக் கற்பனை உதிச்சுதா?

சீனி : (உத்வேகமாக) கற்பனை இல்லைடா! நிஜம். நிஜம். இந்த ஆள் 22-ம் நூற்றாண்டில் இருந்து டைம் டிராவல் பண்ணி வந்து சேர்ந்திருக்கார்.

ஜோ : (கொஞ்சம் முகம் மாறி மார்பைப் பிடித்துக்கொள் கிறான். ஜோ தனது வலது பையில் இருந்து ஒரு சிறிய பெட்டியை எடுத்து இடது மார்பில் சொருகிக் கொள்கிறான்.)

சீனி : என்ன பண்றே ஜோ?

ஜோ : ஹார்ட் அட்டாக் வந்தது. சட்டுனு இருதயம் மாத்திண்டுட்டேன்.

சீனி : இருதயம் மாத்திக்கறான்.

கடவுள் வந்திருந்தார் ○ 49

சுந் : எதிர்கால மனிதனா! அப்ப ஒண்ணு செய்யுங்கோ, அந்த ஆள் இங்கே இருக்கான்னுதான் சொல்றீங்க. அவன் இருக்கான்னு நிரூபணம் வேணும்னா இந்த ஸ்டூலை ஒரு மூணடி உயரம் தூக்கிக் கீழே வைக்கச் சொல்லுங்கோ. என்னைப் பொறுத்த வரையிலும் ஸ்டூல் தானா உசந்துக்கும்.

சீனி : ஐடியாடா! ஜோ அவர் சொன்னது கேட்டுதா?

ஜோ : கேட்டுது. ஆனா அது முடியாது.

சீனி : ஏன்?

ஜோ : இத பாருங்க மாமா, எனக்கு மேலிடத்தில் இருந்து உத்தரவு இருக்கு. இந்த உலகத்தோட ஆதார விதி களை, ஆதார அமைப்புகளை நான் கலைக்கக் கூடாது. அதுக்கு ஸ்பெஷலா பர்மிஷன் வேணும். நீங்க தனியா இருக்கிறபோது தூக்கிக் காட்டறேன். மத்த பேர் இருக்கும்போது மாட்டேன்.

சுந் : என்ன சொல்றான், ஏன் மூஞ்சி மாறிடுத்து உங்களுக்கு?

சீனி : முடியாதாம். செய்ய மாட்டானாம்.

சுந் : அப்ப நான் எப்படி நம்பறது உங்களை?

சீனி : நம்ம ஆதார விதிகளை அவன் மாத்தக்கூடாதாம். உத்தரவாம். ஜோ, அந்த உத்தரவை மீறினா என்ன ஆகும்?

ஜோ : தண்டனை கிடைக்கும். பாஸைப் புடுங்கிண்டுடு வாங்க.

சீனி : மேலிடத்திலிருந்து அனுமதி கேட்டுப் பாரேன். எனக்குக் கொஞ்சம் தயவு பண்ணேன்.

ஜோ : பார்க்கலாம். முயற்சி பண்றேன். மூணு நாளாகும்.

சீனி : இப்பவே அப்ளிகேஷன் எழுதி க்யூ.எம்.எஸ்லே போட்டுடு. என்னால தொல்லை தாங்கலை. எப்படியாவது பர்மிஷன் வாங்கிண்ட்டு அந்தத்

தறுதலைக்கெல்லாம் ப்ரூஃப் காமிக்கலாம். செய்யறியா?

ஜோ : செய்யறேன்னு சொன்னேனே!

சீனி : ப்யூஸைப் புடுங்கி உனக்கு கரண்ட்டே கிடைக்காம பண்ணிடுவேன்.

ஜோ : வேண்டாம்.

சீனி : இன்னும் மூன்று நாளில் நீ சொல்றத அவன் செஞ்சுக் காட்டறேன்னு இருக்காண்டா! அதுவரைக்கும் நான் சொல்றதை நீ நம்பு. நீயும் என்னைப் பைத்தியமாக் கிடாதே.

சுந் : பார்க்கலாம். எனக்கென்னவோ இதெல்லாம் உங்க மனசில நடக்கற பிரமைதான்னு தோணறது. ஆனா எல்லார்கிட்டயும் இந்த மாதிரி பேசாதீங்க. நிச்சயம் பைத்தியம் புடிச்சப் பாயைப் பிறாண்டறீங்கன்னு நினைச்சுடுவா எல்லோரும். ஆமா இது என்ன மணி?

சீனி : எனக்கும் அவனுக்கும் ஒரு அக்ரீமெண்ட். ஒரு மணி அடிச்சா வருவான். ரெண்டு தடவை அடிச்சா போகணும்.

சுந் : *(ரெண்டு தடவை அடித்து.)* இப்ப போனாரா? *(ஜோ எழுந்து செல்ல.)*

சீனி : ஆமாம்.

சுந் : போகட்டும். நல்ல காரியம் பண்ணிங்க. தனியா இருக்கிறபோது நீங்க வேண்ற மட்டும் பேசிக்குங்க. மாமா எங்க கோணத்தில் இருந்து பாருங்க. நீங்க ஒரு திக்கில பார்த்துண்டு காத்தோட அன்யோன்யமா பேசறேள். எப்படி இருக்கு சரியா... *(சிரிக்கிறான்.)*

சீனி : சிரிக்கிறே பாத்தியா, சிரிக்காதீங்கோடா?

சுந் : ஸாரி.

(வசு வருகிறாள்.)

சுந் : சரி! நான் வரட்டுமா?

வசு : அப்பா! சுந்தர்கிட்ட சொல்லிட்டீங்களா அப்பா!

சுந் : சொல்லிட்டார்... ஒரு மணியடிச்சா...

சீனி : அதில்லை. இது வேற! வசுமதிக்கு வெள்ளிக் கிழமை நிச்சயதார்த்தம். பையன் ராமமூர்த்தின்னு இவ ஆபீஸ்லே மானேஜர்.

சுந் : தெரியும் சார். நிச்சயதார்த்தம் வரை வந்துடுத்தா! சந்தோஷம்.

வசு : சுந்தர் ரொம்ப ஹெல்ப்ஃபுல்ப்பா. தேங்கா, பழம் எல்லாம் வாங்கித் தருவார். இல்லே சுந்தர்?

சுந் : சந்தோஷமா! நாயனம் வேணும்னாலும் வாசிக்கிறேன்.

வசு : சுந்தர் பா...வம்... இல்லையாப்பா? எதையோ நினைச்சுண்டு, எதையோ ஆசைப்பட்டு அப்புறம் அது கிடைக்கலைன்னு தெரிஞ்சு, உடனே தியாக ரூபமாய்ட்டார் பாருப்பா. அவரைச் சுத்தி ஒரு ஜோதி மாதிரி தியாகம் தகதகன்னு ஜொலிக்கு தில்லே? சுந்தர் மோர் சாப்பிடறீங்களா?

சுந் : *(கோபத்துடன்)* Look வசு! இன்னிக்கு இப்ப இந்த இடத்திலே சத்தியம் பண்றேன். இந்தக் கல்யாணம் நடக்க விடாம நிறுத்தி, அவங்களை ஓட ஓட விரட்டி, அதே கூடத்தில் நிச்சயதார்த்தம் பண்ணி நான் இந்த சுந்தர் உன்னைக் கல்யாணம் செஞ்சுக்கப் போறேன். சபதம்! சவால்! என்னன்னு நினைச் சுண்டிருக்கீங்க.

(போகிறான்.)

வசு : *(வசீகரமாகச் சிரிக்கிறாள்.)*

சீனி : ஆனாலும் நீ வெறுப்பேத்தறே அவனை!

வசு : அவன் கிடக்கான்ப்பா!

சீனி : நிச்சயதார்த்தத்தைக் கலைச்சிடுவேங்கிறானே, எனக்கு ஏதாவது பைத்தியம்னு பார்ட்டிக்கு மொட்டைக் கடுதாசி எழுதிடப் போறான்.

வசு : பயப்படாதீங்கப்பா! நேராவே சொன்னாக்கூடப் பரவாயில்லை. நான் ராமமூர்த்தி கிட்ட சுந்தரைப் பத்திச் சொல்லியிருக்கேன். பொறாமையில் அப்படிச் செய்யறான்னு அவருக்குத் தெரிஞ்சுடும்.

சீனி : எனக்கென்னவோ வெள்ளிக்கிழமையை நினைச்சா பயமாகத்தான் இருக்கு.

(திரை)

காட்சி 4

வெள்ளிக்கிழமை மாலை. அதே மேடை. அதிகப்படியான சில நாற்காலிகள். ராமமூர்த்தி, அவர் அப்பா, ஒரு சிறுவன், ஒரு சின்னப் பெண் நால்வரும் வருகிறார்கள். சீனிவாசன் அருகில் பக்கத்து வீட்டு ராவ்வும் இருக்கிறார். சீனிவாசன் ஜரிகைக் கரை வேஷ்டி, அங்கவஸ்திரம் அணிந்துகொண்டு வரவேற்றார்.

சீனி : வாங்கோ... வாங்கோ... *(ரேடியோவின் மண்டையில் தட்ட, நாதஸ்வர இசை)* நீங்க வர சமயம் பாத்து ரேடியோவில் மங்கள கானம். ராமமூர்த்தி சார், உங்களைப் பத்தி நான் நிறையக் கேள்விப்பட்டிருக்கிறேன்.

ராமமூர்த்தி அவரை வணங்குகிறான்.

ராம : இது எங்கப்பா... *(உரக்க)* அப்பா! இவாதான் பொண்ணுக்கு அப்பா.

சீனி : அடியேன்!

அப் : இது யாரு?

சீனி : இது பக்கத்தாத்துக்காரர் சேஷகிரி ராவ்.

அப் : நீங்கள்ளாம் ராவா?

சீனி : நாங்க இல்லை. இவர் பக்கத்து வீட்டுக்காரர்.

அப் : ராவ்னு சில வேலைகளில் பட்டப் பேரும் உண்டு. இது என் பேரன், பெண் வயத்துப் பேரன்.

சீனி : அப்படியா? அம்பி நீ எத்தனாவது படிக்கிறே?

அம் : நான் எத்தனாவது படிச்சா உனக்கு என்ன?

ராம : ஏய், சும்மா இரு.

சீனி : பரவாயில்லை.

அம் : *(சேஷகிரி ராவைப் பார்த்து)* நீங்க எவ்வளவு ஸ்பீடு ஓடுவீங்க?

அப் : ராமு சொன்னான் உங்க டாட்டரைப் பத்தி. என்ன தான் சின்னவா சம்பிரதாயத்தைப் பத்திக் கவலைப்படவில்லைன்னாலும் நாம விடக் கூடாது பாருங்கோ.

ராம : அப்பா! ஏதோ கேக்கணும்னேளே கேளுங்கோ.

அம் : இது என்ன ஃபாரின் வாட்ச்சா?

சேஷ : ஆமாப்பா.

அம் : அழுக்கா இருக்கே.

அப் : உங்க சொந்த ஊர் எது?

சீனி : நன்னிலம்.

அப் : நன்னிலத்தில் யாரு?

சீனி : நன்னிலத்தில் சுந்தர்ராஜ சர்மான்னு எங்கப்பா பேரு.

அப் : எந்த சுந்தர்ராஜன்? மஞ்சள் கடுதாசி கொடுத்தானே?

சீனி : அது இல்லை. இது பெரிய பண்ணை.

அப் : புத்தி சுவாதீனமில்லாத ஒரு சுந்தர்ராஜன் இருந் தானே?

சீனி : சேச்சே! அது வேற சார்! எங்கப்பா P.W.D.ல் ஓவர்ஸியரா இருந்து ரிடையர் ஆனார்.

அப் : வேற ஒரு சுந்தர்ராஜனும் எனக்குத் தெரிஞ்சு நன்னிலத்தில் இல்லியே?

ராம : அப்பா, நன்னிலம் நீங்க விட்டுட்டு வந்தப்புறம் நிறைய மாறிப் போச்சு.

அம் : மாமா, பஜ்ஜி தருவான்னு சொல்றாளே?

சேஷ : தருவா! என்ன பஜ்ஜி சார்? வாழைக்காயா?

சீனி : ஓய்! நீர் பஜ்ஜி திங்கறதுக்கு மட்டும்தான் வந்திருக்கிறீரா?

சேஷ : பஜ்ஜி, கேஸரி!

அப் : எந்த சுந்தர்ராஜன்?

அம் : *(தையல் மெஷினை நோண்டுகிறான்.)*

ராம : ஏய், வாடா இங்கே. மெஷினை நோண்டாதே.

சீனி : பரவாயில்லை, பரவாயில்லை.

அம் : மாமா, எனக்குத் தெக்கத் தெரியும். வாழைப்பழம் தரேன்னீங்களே!

சேஷ : இர்றா அம்பி, வாழைப்பழம் வரும்.

சீனி : உள்ளே போய்த்தான் கொண்டு வாருமே.

அப் : பெண்ணை வரச் சொல்லுங்கோ.

சீனி : லக்ஷ்மி!

அம் : *(டபார் என்று ஒரு கண்ணாடி டம்ளரை உடைக்கிறான்)* உடைஞ்சு போச்சு.

சேஷ : பரவாயில்லை!

சீனி : என்னய்யா பரவாயில்லே?

ராம : *(அதட்டி)* ஏய் வாடா இங்கே!

(லக்ஷ்மி வருகிறாள்)

அப் : இதான் பெண்ணா?

சீனி : இல்லே, இது பொண்ணுக்குத் தாயார். கல்யாணம் ஆய்டுத்து.

அப் : நீ எந்த ஊர்மா?

லக்ஷ்மி : கும்பகோணம் மாமா.

அப் : கும்பகோணத்திலே யாரு?

ராம : அப்பா, அதெல்லாம் அப்புறம் விசாரிச்சுக்கலாம். *(வசு வருகிறாள்.)*

அப் : வாம்மா குழந்தை.

சேஷ : லக்ஷ்மி அம்மா போய், பஜ்ஜி கொண்டு வாங்கோ. எனக்குக் காபி சர்க்கரை குறைச்சலா.

அம் : எனக்கு?

ராம : வா, வா வசு. இவங்கள்ளாம் இன்ட்ரொட்டியூஸ் பண்ணி விடறேன். இது என் அண்ணா பிள்ளே, அம்பி.

அம் : இந்த மாடி எங்கே போறது?

ராம : டேய் வாடா இங்கே.

சீனி : நமஸ்காரம் பண்ணும்மா.

வசு : கை கூப்புகிறாள்.

லக்ஷ்மி : *(பின்னாலிருந்து குத்த) (வசு கீழே விழுந்து சேஷகிரி ராவைச் சேவிக்கிறாள்.)*

சேஷ : பெரியவரைச் சேவி முதல்லே. *(சேவிக்கிறாள்.)*

அப் : தீர்க்காயுசா இரு. பாட்டு ஏதாவது பாடுவாளா?

அம் : *(இதற்குள் உள்ளே நுழைந்து பஜ்ஜி தின்னுகொண்டே ஒரு சுருதிப் பெட்டியை எடுத்துக்கொண்டு வந்து)* இதிலே பாட்டுப் பாடச் சொல்லும்மா.

வசு : ம்ஹூம். எனக்கு பிராக்டீஸ் இல்லே.

அம் : ஆ! பாடித்தான் ஆகணும் *(அழ ஆரம்பிக்கிறான்.)*

அப் : குழந்தை கேக்கறது. ஏதாவது பாடு. வெள்ளிக் கிழமையும் அதுவுமா?

ராம : பரவாயில்லை பாடு... கம் ஆன்.

வசு : ஐயோ! எனக்குக் கொஞ்சம்தான் பாட்டு வரும். ராமு, முழுசா ஒண்ணும் சொல்லிக்கலை.

அப் : பரவாயில்லை. பாடு. தெரிஞ்ச வரைக்கும் பாடு.

ராம : கம் பி எ ஸ்போர்ட்.

வசு, அவனை முறைத்து அலுத்துக்கொண்டு உட்காருகிறாள். ஆர்மோனியம் சொய் என்று ஒலிக்க... ச... ப... ஸா... என்கிறாள். கனைத்துக்கொள் கிறாள். சரளி வரிசை பாடுகிறாள். எல்லோரும் அவளையே பார்த்துக்கொண்டிருக்க, இதனிடையே மேலே சுந்தர் தோன்றி, அம்பியைக் கூப்பிடுகிறான். அம்பி உடனே மாடிக்கு ஓட, அவனிடம் கீழே சுவாமி படத்துக்கு அருகில் இருக்கும் மணியைக் காட்டி மானசீகமாக ஒரு தடவை ஆட்டுகிறான். (அம்பி அவசரமாக இறங்கி வர.) வசு சரளி வரிசையைத் திரும்பத் திரும்பப் பாடுகிறாள். லக்ஷ்மி தொடையில் தட்டி தாளம் போடுகிறாள்.

சேஷ : கீர்த்தனம் எதுவும் தெரியாதா?

வசு : ஒண்ணும் சொல்லிக்கலை.

அப் : எந்த சுந்தர்ராஜன்? டபேதாரா இருந்து ரிடையர் ஆனானே!

சீனி : ம்ஹூம். (இடையே வர.)

ராம : வசு, போதும் நல்லா இனிமையா இருக்கு.

(வசு அவனை முறைக்கிறாள்.)

சீனி : பொண்ணுக்கு நிறைய நகை போட்டிருக்கோம். சுமாரா கல்யாணம் பண்ணித் தரோம்.

லக்ஷ்மி : வெள்ளிப் பாத்திரத்தில் ஒரு நூறு ரூபாய் எடை பித்தளைப் பாத்திரம்.

சேஷ : புதுசா? பாலீஷ் பண்ணதா?

சீனி : ஏதாயிருந்தா உனக்கென்னயா?

ராம : அதெல்லாம் சின்ன விஷயம் சார். எங்க ரெண்டு பேருக்கும் பிடிச்சு ஒத்துப் போச்சு. அதான் முக்யம், இல்லையா?

சீனி : இருந்தாலும் பெரியவருக்குத் திருப்தி வேண்டாமா?

கடவுள் வந்திருந்தார் ○ 57

அப் : நன்னாச் சொன்னேள். நன்னிலம் சுந்தர்ராஜனா?

அம் : மணியை எடுத்து ஒரு தடவை ஆட்டுகிறான். ஜோ உள்ளே வந்து பெரியவர் பக்கத்தில் உட்கார... (ஜோ வேஷ்டி கட்டியிருக்கிறான்.)

ஜோ : மாமா, வேஷ்டி கட்டிண்டிருக்கேன். சட்டை பெரிசு.

சீனி : அடப்பாவி!

அப் : என்ன?

சீனி : ஐ.பி. குடுத்தாரே, அந்தச் சுந்தர்ராஜனைச் சொன்னேன். (ஜோவைக் கவனிப்பதைத் தவிர்க்கிறார்.)

ஜோ தன் உடம்பை ஒருமுறை பார்த்துக்கொண்டு, கையைத் தேய்த்துக்கொண்டு நகங்களை ஆராய்ந்து கொண்டிருக்க, சீனிவாசன் தன் கையை வேகமாக ஜோ தெரியாமல் இருக்கும்படி மறைத்துக்கொண்டு பேசுகிறார்.

வசுவும் ராமமூர்த்தியும் வலது பக்கம் வந்து தனி யாகப் பேசுகிறார்கள்.

வசு : என்ன ராமு நீங்க! எனக்குப் பாடத் தெரியாதுன்னு தெரியுமில்லே!

ராம : பெரியவங்க ஆசைப்பட்டா இதெல்லாம் செய்தா கணும். அப்பாவுக்குப் பாட்டுன்னா இஷ்டம்.

வசு : அப்பா உங்களோடதான் இருப்பானா?

ராம : ஆமாம்.

வசு : சரிதான்.

ராம : என்ன சரிதான்?

வசு : ஒன்றும் இல்லே.

ராம : என்ன சரிதான்னே?

வசு : ஏன், சரிதான்னு சொல்லக்கூடாதா? என்ன எழவா இருக்கே.

ராம : நல்ல காரியத்துக்கு வந்திருக்கோம். எழவுங்காதே!

லக்ஷ்மி : சீர் செனத்தில எல்லாம் எதுவும் குறைவில்லாம செய்யறோம். ஒரு பதினஞ்சு பவுனுக்கு நகை.

சீனி : எல்லாம் பாட்டி நகைகள், பாட்டி வந்து பாட்டி... பாட்டி.

லக்ஷ்மி : சும்மா இருங்கோ.

(ஜோ கையைக் காலை உதறி, உடம்பைக் குலுக்கிக் கொண்டு எழுந்து நின்று வேஷ்டியைக் கச்சம் கட்டிக்கொண்டு பண்ணுகிறான்.)

ஜோ : உடற்பயிற்சி!

சீனி : உடற்பயிற்சி நிறைய செஞ்சு போடறோம்.

அப் : என்ன?

சீனி : அதாவது நாங்கள்ளாம் எங்களுக்காக உடல்பயிற்சி நிறைய செய்வோம்னு சொன்னேன். இப்ப நீ இந்த இடத்தை விட்டுப் போகப் போகிறாயா, இல்லையா?

அப் : யாரைச் சொல்றேள் நீங்க?

சீனி : லஷ்மியை. ஏன் உள்ளே போய்க் கொண்டு வரலை? *(சிரிக்கிறார்!)* அவர்களும் சிரிக்க... கோணிக் கொண்டிருக்கும் ஜோவைப் பார்த்து அவருக்கு அடக்க முடியாத சிரிப்பு வருகிறது. அட்டகாசமாகச் சிரிக்கிறார். மற்றவர்கள் சிரிப்பை நிறுத்திவிட்டு அவரையே பார்க்கிறார்கள்.

சீனி : சிரிப்பை நிறுத்திட்டேளா? ஸாரி, நான் கவனிக்க வில்லை.

ஜோ : *(தொம் தொம் என்று சேர் மேல் ஏறிக் குதிக்க சீனி வாசனும் ஆடுகிறார்.)* நிறுத்துங்கோ. நிறுத்துங்கோ.

அப் : என்ன அப்படி ஆடறேள்?

சீனி : அதாவது வந்து உடற்பயிற்சி - உடல்... உடல் பயிற்சி - பஜ்ஜி கொண்டு வா.

லக்ஷ்மி : ஏன்னா, ஏன் இப்படி ஆடறேள்?

சீனி : உள்ளே போடீன்னா! *(அதட்டுகிறார் மற்றவரிடம்)* நான் ஆடலை அதுவா ஆடறது. *(லக்ஷ்மி சந்தேகப் பார்வையுடன் உள்ளே செல்ல, அவர்கள் ஒருவரை ஒருவர் பார்த்துக்கொள்ள.)*

அப் : எனக்கென்னவோ நீங்க அந்த சுந்தர்ராஜன் குடும்பம் தான்னு தோணிற்று.

சீனி : எந்த சுந்தர்ராஜன்?

அப் : பைத்தியம் பிடித்திருந்ததே, புத்தி சரியில்லாமே இருந்தாரே!

சீனி : யாருக்குப் புத்தி சரியில்லே? கிழமே.

லக்ஷ்மி : கெக்கேபிக்கேன்னு சிரிக்கறேள். டான்ஸ் ஆடறேள். பெண் பார்க்க வந்தவா என்ன நினைப்பா? (ஜோ ஆட.)

அப் : இத பாருங்க மறுபடி ஆடறார். ஏய், ராமு! வாடா போகலாம். கைல கண்டதை எடுத்து அடிக்கப் போகிறார்.

வசு : அப்பா! என்ன இது? வேணும்னுட்டு பண்ணறியா?

சீனி : *(முறைப்புடன்)* உடற்பயிற்சி.

அப் : சரியான பைத்தியக்கார குடும்பம்டா இது.

சேஷ : ஆமாம் சார்.

சீனி : யாருக்கும் பைத்தியமில்லை. எங்கே அந்த மணி?

அம் : எங்கிட்ட இருக்கு மாமா.

சீனி : அடிடா, அதை இரண்டு தடவை அடி.

அம் : மாட்டேன் போ.

சீனி : குடுடா, என்று அவனைத் துரத்த, அம்பி ஓட, இருவரும் சுற்றிச் சுற்றி வருகிறார்கள். குழப்பம். ஆர்மோனியத்தில் காலை வைத்து வைத்து அது

அலறுகிறது. *(ஜோ தேகப் பயிற்சி.)* சேஷகிரி ராவ் தடுக்கி விழுகிறார். சீனிவாசன் கடைசியில் அம்பியைப் பிடித்து மணியைக் கவர்ந்து இரண்டு தடவை அடிக்க, ஜோ செல்கிறான்!

ஒழிஞ்சான். இப்ப சரியாப் போச்சு *(இரைகிறார். எல்லோரும் அவரையே பார்க்கிறார்கள். அவரைத் தாண்டிப் போகப் பயப்படுகிறார்கள்.)* நான் இல்லை அது... ஜோ... நான் இல்லை... ஏன் பயப்படறீங்க? *(அப்பா ஒதுங்கிச் செல்கிறார்.)* சார் போகாதீங்கோ. எனக்கு ஒண்ணும் இல்லே. *(மணியை எடுத்து வைக்கும்போது அது ஒருமுறை ஒலிக்க - ஜோ வந்துவிட ஒரு நாற்காலியை எடுத்து)* இப்ப நீ போப்போறியா இல்லையா?

அப் : ஐயோ விட்டுடுங்கோ, என்னை அடிக்காதீங்கோ அடிக்காதீங்கோ! நாங்க போய்டறோம். ராமு! ஓரமா வாடா! பிறாண்டிடப் போறார்...! அம்பி, என்னைப் புடிச்சுக்கோடா!

சீனி : எனக்கு ஒண்ணுமில்லே, எனக்கு ஒண்ணுமில்லே.

சேஷ : உங்க வீட்டு பஜ்ஜி வேண்டாம்! எனக்கு வழி விட்டுடுங்கோ.

சீனி : இருங்கோ இருங்கோ. போகாதீங்கோ. நார்மல் தான்.

அப் : சரிதான் இதான் நார்மலா? உள்ளே வரப்பவே சந்தேகமாக இருந்தது. *(அவர்கள் ஓடுகிறார்கள்.)* வசுவும் சீனிவாசனும் ஒருவரை ஒருவர் பார்த்துக் கொண்டு நிற்கிறார்கள்.

லக்ஷ்மி : *(லக்ஷ்மி பஜ்ஜி கொண்டு வர)* எங்கே எல்லோரும்!

வசு : வேணும்னுட்டே பண்ணியிருக்காரம்மா. எல்லாரையும் ஓட ஓட விரட்டியிருக்காரம்மா. அப்பா! இது உங்களுக்கே நன்னாயிருக்கா?

லக்ஷ்மி : அந்தத் தாத்தா சொன்னாப்புல, குடும்பத்திலே ஏதோ சித்தப் பிரமை ரத்தத்திலே ஓடறது போல இருக்கு.

சீனி : பேசாதே! பேசினா கொன்னுடுவேன். என் அவஸ்தை உனக்கு எப்படித் தெரியும்?

வசு : இல்லைம்மா! இவருக்கு இந்தக் கல்யாணத்தில் இஷ்டம் இல்லை. இவரும் சுந்தரும் கூடிக் கூடிப் பேசிண்டு திட்டம் பண்ணித்தான் இந்த வேஷம் போட்டு அவாளை விரட்டியிருக்கார்.

(என்னப்பா இப்படிப் பண்ணிட்டீங்க! அழுகிறாள்.)

லக்ஷ்மி : இல்லேடி வசு! இவருக்கு நிச்சயம் ஏதோ ஆயிருக்கு. முழியே சரியில்லை பாரு. பகவானே, வெங்கடா சலபதி!

வசு : அப்பா சொல்லிடுங்கப்பா, வேணும்னுட்டுதானே இப்படிப் பண்ணிங்க.

சீனி : *(உணர்ச்சியுடன்)* அடச்சீ! பொட்டைக் கம்மனாட்டிகளா, வேணும்ட்டு இப்படிப் பண்ணுவானா ஒருத்தன்? என்னை ஒருத்தரும் புரிஞ்சுக்க மாட்டேங்கறேளே. பேசிண்டேயிருக்கும்போது அவன் வந்துட்டான்.

லக்ஷ்மி : யாரு?

சீனி : ஜோ!

லக்ஷ்மி : மறுபடியும்?

சீனி : இரு. நீ நம்பறியோ நம்பலையோ, இதுதான் நிஜம்! எனக்கு மட்டும் ஒரு ஆள் தெரியறான். மணியடிச்சா வரான். அந்த அம்பி ஒரு மணியடிச்சு வந்தான். எக்ஸர்ஸைஸ் பண்றான். சிரிப்பா வந்தது. *(அவர்கள் நம்பாமல் அவரைப் பார்க்கிறார்கள்.)*

லக்ஷ்மி : வசு இப்படி வா! *(வசுவுடன் ரகசியம் பேசுகிறாள்.)*

சீனி : என்ன எழவு ரகசியம்? எனக்குப் பைத்தியம் புடிச்சுட்டுதுன்னுதானே முடிவு கட்டறே!

லக்ஷ்மி : இல்லைன்னா. நம்பறோம். நம்பறோம். நீங்க போய் ரெஸ்ட் எடுத்துக்கோங்க.

சீனி : இத பாரு!

வசு : அப்பா! ப்ளீஸ்.

லக்ஷ்மி : அவர்கிட்ட எதுவுமே சொன்னா புரிஞ்சுக்கிற நிலையில இல்லேடி!

வசு : சரியப்பா! அவன் வரட்டும். எப்படியாவது அவனை நானும் அம்மாவும் சேர்ந்து ஓட்டிடறோம். கவலைப் படாதீங்கோ. வாங்கப்பா! கண்ணோல்லியோ. ரூமுக்குப் போய் ரெஸ்ட் எடுத்துக்கலாம் வாங்கோ.

(அவரை அணைத்துச் செல்ல...)

லக்ஷ்மி : இந்தச் சமயத்தில் நாமதான் அவருக்குப் பக்கபலமாக இருக்கணும்.

சீனி : லக்ஷ்மி என்ன நீ?

சுந் : *(மேலே தோன்றி)* என்ன நிச்சயதார்த்தம் எல்லாம் நன்னா நடந்ததா?

வசு : அவன் மேல் பஜ்ஜி ப்ளேட்டை எறிய, ஒதுங்கிக் கொள்கிறான்.

(திரை)

காட்சி 5

(மற்றொரு தினம். கோடாலி மீசை வைத்துக்கொண்டு, ரத்தச் சிவப்பில் குங்குமம் இட்டு ஒரு பூசாரி உடுக்கடித்துக் கொண்டிருக்க, திரை திறக்கிறது. நாற்காலிகள் விலக்கப்பட்டு நடுவே இளநீர், புஷ்பங்கள், ஒரு சக்கரம், ஊதுவத்திப் புகை பறக்க, பக்கத்தில் பக்தியுடன் லக்ஷ்மியும் வசுவும் நின்று கொண்டிருக்கிறார்கள்.)

பூசாரி : எவ்வளவு நாளா இருக்குது?

லக்ஷ்மி : போன திங்கள் கிழமை ராத்திரி ஆரம்பிச்சது. வெள்ளிக்கிழமை இவளைப் பெண் பார்க்க வந்தபோது உச்சமாயிடுத்து...

பூசாரி : கவலைப்படாதீங்கம்மா. குணசேகரம் போய்ட்டுக் கை விரிச்ச கேஸை எல்லாம் நான் குணமாக்கி இருக்கேன்... கொஞ்சம் துளசி வேணும். அப்புறம்

முளகரனைச் செடியில் வடக்குப் பக்கம் போன வேர் கேட்டிருந்தேனே?

லக்ஷ்மி : எல்லாம் வாங்கி வந்திருக்கேன் பூசாரி.

வசு : அப்பா வந்து பார்த்தா அட்டகாசம் பண்ணுவா. ஏம்மா, எனக்குப் பயமா இருக்கு.

பூசாரி : பயப்படாதே பாப்பா... *(உடுக்கு தட்டி)* இதிலே பொட்டிப் பாம்பா அடங்கிடுவாரு... என்கிட்ட அவரைத் தனியா விட்டுட்டு நீங்க போய் உள்ளே கதவச் சாத்திக்கிடுங்க. அரை மணியில் தெளிஞ் சிடும். நான் ஓட்டா பேயா? அபிராமபுரத்தில் ஒரு ரத்தக் காட்டேரி, கடைசியிலே 'கிருஷ்ணாச்சாரி! என்னை உட்டுரு, என்னை உட்டுரு'ன்னு கதறிடுச்சு! கோழி வாங்கிட்டு வந்தீங்களா?

லக்ஷ்மி : வாங்கி வெச்சிருக்கு. ஆனா அதை இங்கேயா வெட்டுவீங்க?

பூசாரி : பாப்பார வீட்டிலே நான் கோழி வெட்ட மாட்டேன் கவலைப்படாதீங்க... வெளில வெட்டுவோம்! ஒரு எலுமிச்சை பலி கொடுத்தாப் போதும் இங்கே. *(உடுக்கு தட்டி)* ஹ்ரீயும் ஹ்ரீயும் கிலியும் செலிவும் என்னோடெ தீர்த்த ஜண்டப் பிரசண்ட முனி ராச்சசங்களை நீ நாசமாக்கு...

(ராகத்துடன்)

'அல்லல் போம், வல்வினை போம். அன்னை வயிற்றில் பிறந்த தொல்லை போம் - போகாத் துயரம் போம், நல்ல குணமதி மாமருணைக் கோபுரத் தூண் மேவும் கணபதியைக் கை தொழுதக்கால்...'

(மறுபடியும் 'ஹ்ரீயும், ஹ்ரீயும்' என்று ஆரம்பிக்க, சீனிவாசன் உள்ளே வருகிறார்.)

சீனி : யார்ரீ இது, திருதண்டி சந்நியாசி?

லக்ஷ்மி : ஒரு சின்ன பூஜைன்னா, நம்மாத்திலே வந்து கூடியிருக்கிற பேயை வெரட்டறதுக்கு... கொஞ்ச நாழி பார்த்துண்டு இருங்கோ.

பூசாரி : இவர்தானா?

லக்ஷ்மி : இவர்தான் பூசாரி!

பூசாரி : அடேய் பாதகா!

சீனி : ஏய்! பல்லைப் பேத்துடுவேன். ஏய் லக்ஷ்மி! என்ன இது! ரோடில போற பால்காரன் மாதிரி இருக்கான். இவனை எல்லாம் உள்ளே கூடத்துல விட்டுண்டு ரகளை பண்றேள். ஏய், கோடாலி மீசை! இந்தம்மா என்ன சொன்னாங்க?

பூசாரி : *(உடுக்கடித்து)* நமசிவாய ஸ்ரீயும் ஐயும் கிலியும் செலிவும் றீயும் சகலவித பூத ராச்சசங்களையும் நிவாரணியாய நிவாரணியாய கலாவா! நமசிவாயா!

(உடுக்கடித்துக் கிட்ட வர, சீனிவாசன் உடுக் கையைப் பிடித்துப் பிடுங்கி எறிகிறார். பூசாரி போய் அதை எடுத்து வருகிறார்.)

வசு : ஐயோ அப்பா!

பூசாரி : நீங்க போங்க, நிக்காதீங்க. நான் பார்த்துக்கறேன். மொதல்ல அப்படித்தான் இருக்கும்.

சீனி : என்னது? இப்ப பாரு ஒன்னை! எங்கே அந்தத் தடிக் குச்சி?

லக்ஷ்மி : வேண்டாம்னா, வேண்டாம். கொஞ்ச நாழி மந்திரம் கேளுங்கோன்னா.

சீனி : ரெண்டு பேரும் சேந்துண்டு எனக்குப் பேய் பிடிச்சுடுத்துன்னே முடிவு கட்டிட்டேளா? எங்கே செருப்பு?

வசு : பின்னே என்னவாம்! அன்னிக்கு அந்த ஃபங்க்ஷன்ல என்ன ரகளை பண்ணினீங்க?

லக்ஷ்மி : வசு, அவரோட பேசாதடி. பேசினா புரிஞ்சுக்கற நெலைல இல்லைன்னு சொன்னேனே! நீங்க ஆரம் பிங்க பூசாரி! *(சீனி செருப்பைத் தேட, பூசாரி அவரைச் சுற்றி வந்து உடுக்கடிக்கிறான். ஓர் ஒட்டடைக் குச்சியை எடுத்துக்கொண்டு வருகிறார் சீனிவாசன்.)*

பூசாரி : நீங்க போங்கம்மா. ஒங்களால இதெல்லாம் பார்க்க முடியாது. உள்ளே போங்க. என்ன வேடிக்கை! *(அவர்கள் போக, குச்சியைப் பூசாரி பிடுங்கி சீனி வாசனை அடிக்க, சீனிவாசன் களைத்து உட்கார்ந்து விடுகிறார்.)*

பூசாரி : ஒக்காந்துக்கினியா? ஏய் நீ யாரு? ஒன் பேரென்ன பேச மாட்டியா? பேச வெக்கறேன். *(மேலும் அடிக்கிறான்.)*

லக்ஷ்மி : *(உள்ளேயிருந்து)* அடிக்காதீங்க பூசாரி!

பூசாரி : பயப்படாதீங்கம்மா! அடி அவர் மேல படாது. அது மேலதான் படும். *(மறுபடி குச்சியால் வீறுகிறான்.)*

சீனி : *(அதைப் பிடுங்கி)* ஏய் நீ இப்பப் போப்போறியா இல்லை, ஒரு கொலை விழ வெக்கட்டுமா?

பூசாரி : நீ போகாம நான் போக மாட்டேன். *(சீனி விடுவிடு வென்று உள்ளே செல்கிறார்.)*

லக்ஷ்மி : *(உள்ளே)* ஐயோ, என்னனா இது? ஒலக்கை வேண்டாம்னா வேண்டாம்! அடிக்காதீங்கோ!

சீனி : *(உள்ளே)* ஒன்னை இல்லேடி முண்டம்! அந்தப் பூசாரியை ஒரு வழியில்லே ஒரு வழி தீர்த்துடறேன் *(நெல் குத்தும் உலக்கையுடன் வந்து)* ஏண்டா, எல்லோரும் சேர்ந்து ஊரை ஏமாத்தறீங்கோ!

(உலக்கையைப் பயங்கரமாக ஓங்கிக்கொண்டு அவனைத் துரத்துகிறார்.)

பூசாரி : வேண்டாம். வேண்டாம். கீழே போட்டுடு! அட, நிஜமாகவே அடிப்பியா நீ? ஜாலக்காள்!

சீனி : அவ யாரக்காவா இருந்தாலும் சரி, உன் மண்டையை ரெண்டா ஒடைச்சிட்டுத்தான் மறுகாரியம். *(ஒருவரை ஒருவர் விரட்டிக்கொண்டு ஓடுகிறார்கள்.)*

பூசாரி : அம்மா! அம்மாடி! இது கொஞ்சம் முரட்டு ரகமா இருக்குது. இன்னும் ரெண்டு ஆளு தேவைப் படும்... வேண்டாம்! மண்டை ஒடைஞ்சிடும். *(லக்ஷ்மி வருகிறாள்.)*

சீனி :	போறயா?
பூசாரி :	போறேன்!
சீனி :	ஒழி!
பூசாரி :	(லக்ஷ்மியிடம்) கொஞ்சம் உக்கிரம் ஜாஸ்தியா இருக்குது. மருதகாசியை அழைச்சிட்டு வரேன். கோழி வெட்டினாப் போதாது. இதுக்கு முழுசா ஒரு ஆடு வெட்டணும், வரேங்க!
சீனி :	வராதே! போடா!
வசு :	(வந்தவாறு) என்னப்பா இது?
லக்ஷ்மி :	வசு! கிட்டப் போகாதடி! கிட்டப் போனா ஒன்னை அடிச்சுடுவார்டி. இப்போ அவருக்குப் பொண் டாட்டி பொண்ணு ஒண்ணும் கெடையாது. நாம சொல்றது ஒண்ணும் கேக்காதுடி. நாம பண்ண பாவம்டி! நாம பண்ண பாவம்டி! நாம பண்ண பாவம்டி! யாரோ ஏவல் விட்டுட்டா. (கண்ணீர்.)
சீனி :	ஐயோ! (தலையில் அடித்துக்கொண்டு உட்காரு கிறார். சிறிது மௌனம்.)
லக்ஷ்மி :	(சமாளித்துக்கொண்டு அவரைப் பார்த்து விட்டு வசுவிடம்) கொஞ்சம் வெலகி இருக்காப்பில இருக்குடி. (கிட்ட வந்து) ஏன்னா, ஏதாவது சாப்பிட றேளா?
சீனி :	சாப்பிடறேன்.
லக்ஷ்மி :	என்ன சாப்பிடறேள்?
சீனி :	ரத்தம்!
வசு :	அம்மாடி!
சீனி :	(தன் தலையைப் பிடித்துக்கொண்டு சிறிது நேரம் யோசித்து) இத பாரு லக்ஷ்மி! வசு! எனக்கு ஒண்ணும் இல்லே. வீணா எனக்குப் பேய் பிசாசு எல்லாம் பிடிச்சிருக்குன்னு கற்பனை பண்ணிக்காதீங்கோ. என்னால் கொஞ்ச நாழிதான் தாங்க முடியும். அப்புறம் எனக்கு நெசமாகவே பேய் பிடிச்சுடும்.

கடவுள் வந்திருந்தார் ○ 67

லக்ஷ்மி : *(கவலையுடன்)* பின்னே நீங்க சில வேளையில் பண்ற காரியங்கள் நன்னாவே இல்லியேன்னா!

சீனி : பாரும்மா, ஏன் நான் சொல்றதயும் கொஞ்ச நாழி பேய் பிசாசை எல்லாம் விட்டுட்டு யோசியேன்! என்னடா, இந்த மனுஷன் சொல்றான், பார்த்ததைச் சொல்றான்.

வசு : நாங்க பார்க்கலையேப்பா!

சீனி : அதுக்கு என்னை என்ன பண்ணச் சொல்றேள்? எனக்குத் தெரியறானே?

(வசு, லக்ஷ்மி இருவரும் ஒருவரை ஒருவர் பார்த்துக் கொள்ள.)

சீனி : இதப் பார். இந்த மாதிரி சதிப் பார்வை பார்த் துண்டாத்தான் எனக்கு நெஜமாகவே கோபம் வரது.

லக்ஷ்மி : ஒங்களை எப்பிடி நம்பறது சொல்லுங்கோ? கையில கண்டதை எடுத்து, போறவா வரவா எல்லாரையும் மிரட்டறேள்.

சீனி : பின்னே, நன்னா இருக்கறவனைப் பிடிச்சு பைத்தியம்னா கோபம் வராதா?

வசு : இப்ப பேசறதெல்லாம் தெளிவாத்தான் இருக் குப்பா. அவா பெண் பாக்க வந்தபோது பண்ணிங்க பாருங்கோ ரகளை, சோபா மேல ஏறிக் குதிச்சு இருக்கறவா வேஷ்டியை எல்லாம் உருவி!

(வெளியிலேருந்து 'மிஸ்டர் சீனிவாசன்! மிஸ்டர் சீனிவாசன்!' என்று யாரோ கூப்பிடுகிறார்கள்.)

சீனி : வாசல்லே யாரு, பாரு ? *(வசு போய்ப் பார்த்து விட்டு வருகிறாள்.)*

வசு : அப்பா, போலீஸ்ப்பா!

லக்ஷ்மி : தெய்வமே!

சீனி : இது ஒண்ணுதான் பாக்கி. ஏண்டி, நீங்க போலீஸுக்கு வேற கம்ப்ளெய்ண்ட் குடுத்திருக்கேளா?

லக்ஷ்மி : சேச்சே! என்னன்னா!

(உள்ளே போலீஸ் இன்ஸ்பெக்டர் வருகிறார், இரண்டு கான்ஸ்டபிள்களுடன்.)

போ : மிஸ்டர் சீனிவாசன் வீடு இதுதானே?

சீனி : ஆமா!

போ : மிஸ்டர் சீனிவாசன் நீங்கதானே?

சீனி : ஆமா.

இன் : ஒரு கம்ப்ளெய்ண்ட் வந்திருக்கு... மிஸ்டர் சேஷகிரி ராவ்னு ஒங்க பக்கத்து வீட்டுக்காரர்...

சீனி : அடப் பாவி!

(இன்ஸ்பெக்டர் நிமிர)

சீனி : ஒங்களை இல்லே. அந்த சேஷகிரி ராவை. அன்னிக்கு டிபன் கிடைக்கலைன்னு கோபம். என்ன கம்ப்ளெய்ண்ட் கொடுத்திருக்கான்?

இன் : வீட்டில் ஒரே சத்தமும் ரகளையுமா இருக்காம். பிள்ளைங்க படிக்கறதுக்கு டிஸ்டர்பன்ஸா இருக்காம். கொஞ்ச முன்னாடி ஒரு பூசாரி தலை தெறிக்க ஓடிக்கிட்டிருந்தான். பார்த்தேன். இங்கே யாருக்கோ சித்தப் பிரமைன்னு பயப்பட்டிருக்காரு கம்ப்ளெய்ண்டில.

சீனி : யாருக்குய்யா சித்தப் பிரமை? ஒங்க எல்லோருக்கும்தான் சித்தப் பிரமை!

இன் : இவர்தான் போலிருக்கு! இவர்தானாம்மா? *(லக்ஷ்மி கவலையுடன் தலையாட்டுகிறாள்.)*

சீனி : அடிப் பாவி! என்னைக் காட்டிக் கொடுக்கறியா?

இன் : இதெல்லாம் மறைக்க முடியாது பாருங்க!

சீனி : என் வீட்டுக்குள்ள நான் எவ்வளவு சத்தம் போட்டா இவங்களுக்கு என்ன சார்?

இன் : அப்பிடி இல்லே பாருங்க. சின்னப் புள்ளைங்கள்ளாம் பரீட்சைக்குப் படிக்கறாங்க பாருங்க. அப்புறம் கைக் குழந்தை பயத்துல கக்கிடுச்சாம். *(வசுவைப் பார்த்து)* சமூகத்தில் நமக்கும் ஒரு பொறுப்பு இருக்குது பாருங்க!... நீங்க டாக்டரா?

(வசு தலையாட்டுகிறாள்.)

இன் : நல்ல ஃபேமிலி! ச்ச்ச்ச்சீ.

சீனி : என்னய்யா பொறுப்பு! பருப்பு!

இன் : இவர்கூடப் பேசினா ஒண்ணும் பேராதுன்னு நெனைக்கிறேன். அம்மா, நீங்கதான் பாத்து காரியங்களை நடத்தணும். நடந்தது நடந்து போச்சு. மேற்கொண்டு நடக்க வேண்டியதைக் கவனிக்கணும். இந்த மாதிரிப் பேஷண்டுகளை வீட்டுக்குள் வெச்சுக்கிட்டிருந்தா ஒங்களுக்கும் கொஞ்ச அபாயம் இருக்குது பாருங்க. இதுக்கெல்லாம் சௌகரியமா ஆஸ்பத்திரி இருக்குதுங்க...

சீனி : *(அதிர்ந்து)* பேஷண்ட்டா? யார்யா பேஷண்ட்? நீங்கள்ளாம்தான். மென்டல் கேஸ். எனக்கென்னய்யா, ராஜா மாதிரி இருக்கேன், நான் பார்த்ததைச் சொல்கிறேன். உண்மை பேசறேன். ஒங்களுக்கு நம்பத் தெரியலே. நம்ப முடியலே. நம்ப மறுக்கறீங்க. மடத்தனமா என்னைப் பைத்தியங்கறீங்க. *(சிரித்து)* நான் பைத்தியம்! எனக்கு ஒண்ணும் இல்லே. *(ரசித்துச் சிரித்து)* என்னைப் போய்ச் சித்தப் பிரமை... நானா? *(வாய் விட்டுச் சிரித்து விட்டு திடீரென்று நிறுத்தி, அவர்கள் மூவரும் அவரையே பார்த்துக்கொண்டு நிற்பது அறிந்து திடுக்கிடுகிறார். உடனே சாதுவாக)* எனக்கு ஒண்ணும் இல்லே.

இன் : இத பாருங்கம்மா. தெருக்கோடில புதுசா ஒரு டாக்டர் வந்திருக்காரு. அவரைக் கொஞ்சம் வரச் சொல்றீங்களா? நான் வேணா கான்ஸ்டபிளை அனுப்பட்டுமா?

சீனி : டாக்டரா? எதுக்கு டாக்டர்?

70 ❍ சுஜாதா

இன் : மிஸ்டர் சீனிவாசன், கொஞ்சம் பொறுமையா, அமைதியா இருங்க. நீங்க போங்கம்மா. சட்டுனு டாக்டரைக் கூட்டிக்கிட்டு வாங்க... அவர் வந்து ஏதாவது ஸெடேடிவ்ஸ் குடுத்தா சரியாப் போய்டும்.

(வசு போகிறாள்.)

சீனி : *(வசுவிடம்)* ஏய், இப்ப எதுக்கு டாக்டர்? யாருக்கு ஒடம்பு சரியில்லே? *(என்று அவளைக் கையைப் பிடித்து உலுக்க.)*

லக்ஷ்மி : விடுங்கோன்னா... பயமா இருக்கு. *(விடுகிறார்.)*

இன் : *(மிரட்டி)* மிஸ்டர் சீனிவாசன்! பிஹேவ் யுவர் ஸெஃல்ப்! காம் யுவர் ஸெல்ஃப்!

(வசு போகிறாள்.)

சீனி : *(சுதாரித்து)* ஆல் ரைட்! ஐ வில் கண்ட்ரோல் மை ஸெல்ஃப்! இத பாருங்க இன்ஸ்பெக்டர், எனக்குப் பொறுப்பு இல்லேன்னு இல்லே. நான் நடந்ததைச் சொல்றேன். நீங்க நம்புவீங்கன்னு நம்பிக்கை இருக்கு.

இன் : *(உற்சாகப்படுத்தும் முறையில்)* சொல்லுங்க.

சீனி : சம்திங் ஸ்ட்ரேஞ்ச் ஹாப்பெண்ட் டு மீ.

இன் : அப்பிடியா? என்ன? *(கான்ஸ்டபிளைப் பார்த்துச் சிரித்து ஒக்காருங்க என்கிறார்.)*

சீனி : யூ ஸீ! அன்னிக்கி நான் புஸ்தகம் படிச்சிண்டிருந் தேன்!

இன் : என்ன புஸ்தகம்?

சீனி : சயின்ஸ் ஃபிக்ஷன். அதில ஒரு எதிர்கால மனிதன்.

இன் : எதிர்கால மனிதன்! உம், சொல்லுங்க.

சீனி : அவன் இங்கே வந்துட்டான் சார், ஸ்பேஸ் ஷிப்புல வந்து எறங்கினான் வீட்டுக்குள்ளே. ஒரு கான்ஸ் டபிள் க்ரீச் என்று ஒரு தடவை சிரித்து அடக்கிக் கொள்கிறான்.

சீனி : ஏன்யா சிரிக்கறே? ஒனக்கு அறிவு இருக்கா! ஏதாவது புஸ்தகம் படிச்சிருக்கியா? எழுத்துக் கூட்டிப் படிக்கிற கை நாட்டு கேஸ்தானே நீ?

கான் : டேய்!

இன் : *(அவனைச் சைகை காட்டி)* நீங்க சொல்லுங்க.

சீனி : எறங்கினானா! அப்புறம் என்னோட பேசினான். நீங்க நம்புறேளா? *(வசு டாக்டருடன் வருகிறாள்.)*

டாக் : *(வரும் போதே)* என்ன சார், சீனிவாசன்! சௌக்யமா?

சீனி : வாங்கோ, நீங்க ஒருத்தர்தான் பாக்கி! இன்னும் ஒரு லாயர் வந்துட்டா சரியாப் போயிடும்.

டாக் : *(உட்கார்ந்து)* அழைச்சிண்டு வந்துட்டாப் போறது. என்ன பண்றது ஒங்களுக்கு?

சீனி : ஒண்ணும் இல்லியே! நன்னாத்தானே இருக்கேன்?

டாக் : அப்பிடியா! பார்க்கலாம்... கொஞ்சம் நாக்கை நீட்டுங்கோ. *(சீனி நாக்கை நீட்டுகிறார்.)*

டாக் : கட்டை வெரலால் மூக்கைத் தொடுங்கோ. *(சீனி தொடுகிறார்.)*

டாக் : ஒங்க மூக்கு... என் மூக்கு இல்லே. *(சீனி தொடுகிறார்.)*

டாக் : பிப்ளெக்ஸ் எல்லாம் சரியாத்தானே இருக்கு! என்ன ப்ராப்ளம் ஒங்களுக்கு?

சீனி : அதை நீங்கன்னா சொல்லணும்!

டாக் : *(இன்ஸ்பெக்டரைப் பார்த்து)* தி பேஷண்ட் அப்பியர்ஸ் டு பி நாமல்.

இன் : அவர் என்ன சொல்றாரு கேளுங்க... ஸ்பேஸ் ஷிப்லே ஒரு ஆள் வந்தானாம். எறங்கினானாம்!

டாக் : *(திரும்பி)* என்ன சீனிவாசன்?

சீனி : ஸிம்பிளாச் சொல்றேன். நான் ஒரு ஆளைப் பார்க்கறேன்... இவங்களால அவனைப் பார்க்க முடியலே. அதான் ப்ராப்ளம் டாக்டர்.

டாக் :	அவ்வளவுதானா?
சீனி :	அவ்வளவுதான்.
டாக் :	அவன் இங்கே இருக்கானா?
சீனி :	இப்ப இல்லே. மணியடிச்சா வருவான்.
டாக் :	இன்ட்ரஸ்டிங்... என்ன மணி?
சீனி :	பூஜை மணி.
டாக் :	எங்க அடிங்க பார்க்கலாம்!
வசு :	வேண்டாம் டாக்டர்.
டாக் :	இருங்கம்மா இவருக்கு ஒண்ணும் இல்லே. *(சீனி மணி அடிக்க ஜோ வருகிறான். மற்றவர்கள் சுற்றும் முற்றும் பார்த்து ஏமாற்றமடைகிறார்கள்.)*
டாக் :	இப்ப அவன் வந்திருக்கானா?
சீனி :	ஆமாம்.
டாக் :	எங்கே நிக்கறான்?
சீனி :	இதோ, இங்கே!
டாக் :	மிஸ்டர் சீனிவாசன்! எங்கே அவன் கிட்ட சொல்லுங்க பார்க்கலாம். 'ஏய் நீ போப்பறியா இல்லையா?'
ஜோ :	டாக்டர் ரொம்பக் குண்டா இருக்கார். தொப்பை பெரிசு! *(சீனி மட்டும் சிரிக்கிறார்.)*
டாக் :	என்ன சொல்றான்?
சீனி :	டாக்டர் ரொம்பக் குண்டா இருக்கார். தொப்பை பெரிசு! *(எல்லோரும் சிரிக்கிறார்கள்.)*
டாக் :	*(ரோஷத்துடன்)* அவனை விரட்டுங்கோ மொதல்ல.
சீனி :	ரெண்டு மணி அடிச்சாப் போயிடறான்!
ஜோ :	என்ன வேணும்?

கடவுள் வந்திருந்தார் ○ 73

சீனி : ஒண்ணும் வேண்டாம். நீ சும்மா இரு. வெஷமம் ஏதாவது செஞ்சியோ பல்லைன்னா பல்லைப் பேத்துடுவேன்.

டாக் : *(சீனிவாசனையே உற்றுக் கவனித்து)* மிஸ்டர் சீனிவாசன்! அந்த ஆள் ஒங்க மனப் பிரமையினால் ஏற்பட்ட பிம்பமா, வடிவமா இருக்க முடியுமா?

சீனி : இல்லியே! தொட்டா ஷாக் அடிக்கறதே.

டாக் : தொட்டா?

சீனி : ஷாக் அடிக்கறது. அப்புறம் மண்டை விளக்கு பளிச்சுங்கற போது 'குய்க் குய்க்'னு சத்தம் வேற கேக்கறது.

டாக் : *(மற்றவர்களைப் பார்த்து விட்டு)* அவனை ஒரு கத்தி எடுத்துக் குத்திக் கிழிச்சிச் சாகடிச்சிடுங்களேன்.

ஜோ : *(திடுக்கிட்டு)* என்ன மாமா இது?

சீனி : நீ கவலைப்படாதே ஜோ. டாக்டர் விளையாட்டுக்குச் சொல்றார். உள உளாக்கட்டிக்கு... டாக்டர், அவனைக் குத்தக் கித்த முடியாது. அவனுக்கு உயிரே இல்லை. எல்லாம் எலெக்ட்ரிஸிட்டி!

டாக் : அவனால ஒங்களுக்கு எவ்வளவு ட்ரபிள் பாருங்க.

சீனி : ஒரு ட்ரபிளும் இல்லே. மணியடிச்சா மட்டும்தான் வரான். *(இரண்டு மணியடிக்க, ஜோ போக)* இப்ப போயிட்டான்.

டாக் : இந்த மாதிரி கேஸ் நான் இதுவரைக்கும் பார்த்ததில்லேம்மா... டீப் பேரநாய்ட்!

இன் : நல்லாப் புடிச்சுருக்கு... எனக்கு என்னன்னா இதை வீட்டுல வெச்சுக்கறது எவ்வளவு தூரம் ரிஸ்க்குன்னு தான் தெரியணும்.

டாக் : கொஞ்சம் ஸெடேடிவ்ஸ் எடுக்கணும், *(சீனிவாசனிடம் சற்றுக் குரலை உயர்த்தி)* சார்... சீனிவாசன்... ஒரு ஊசி குத்தறேன்; போய்ப் படுத்துக்கங்க... என்ன?

சீனி : எனக்கு... எதுக்கு ஊசி?

டாக் : மாத்திரை தரட்டுமா?

சீனி : எனக்கு ஒண்ணும் இல்லே டாக்டர்... அதான் மூக்கை நாக்கை பல்ஸ் எல்லாம் பாத்தீங்களே. ஏதாவது தெரிஞ்சுதா?

டாக் : ஒங்க உடம்பில ஒண்ணும் உபாதையில்லே. மனசில தான். அதுக்குத்தான் மைல்ட் ஸெடேடிவ்வா.

சீனி : அதெல்லாம் வேண்டாம் எனக்கு.

டாக் : பிடிவாதம் புடிக்கக்கூடாது. கையைக் காட்டுங்க.

சீனி : அடப் போய்யா! என்ன டாக்டர் நீ, பொட்டை டாக்டர்! ஒங்கிட்ட வேற நெஜத்தைச் சொன்னேன் பாரு! *(உரக்க)* எல்லோரும் கேளுங்கோ. நான் சொன்னதை நீங்க நம்பத் தயாராயில்லேன்னா, கெட் அவுட் ஆல் ஆஃப் யூ! கெட் அவுட்! குச்சி எடுத்து வீறிப்பிடுவேன். கெட் அவுட்!

டாக் : ஹி இஸ் கெட்டிங் வயலெண்ட். ஹேஸ் டு பீ கிவன் எ ஸெடேடிவ்.

இன் : வாங்க மிஸ்! நீங்க கொஞ்சம் சொல்லிப் பாருங்க.

வசு : அப்பா கொஞ்சம் மருந்து சாப்பிடப்பா!

சீனி : போடி!

இன் : நீங்க ஒதுங்குங்க. நான் கவனிக்கறேன். வாய்யா கான்ஸ்டபிள்!

டாக் : *(இதற்கிடையில் இஞ்செக்ஷன் சிரிஞ்சை எடுத்துத் தயார் செய்கிறார்.)* அது என்ன பெட் ரூமா?

வசு : ஆமா டாக்டர்!

டாக் : அங்கே இட்டுட்டுப் போய்ப் படுக்க வெச்சிருங்க. அசக்கிடுவார்.

(கான்ஸ்டபிள், இன்ஸ்பெக்டர் இருவரும் அவரைத் தரதரவென்று ஏறக்குறைய தூக்கி இழுத்துச் செல்ல.)

சீனி : *(பிரமித்து)* என்னடி லக்ஷ்மி, வசு! நீங்ககூட எனக்குப் பைத்தியம்னு நம்பறேளே? எப்பிடிறீ? எப்பிடி? எப்பிடி இதை எல்லாம் அலௌ (allow) பண்றீங்க?

லக்ஷ்மி : எல்லாம் ஒங்க நல்லதுக்குத்தான்னா!

(இருவரும் விசும்புகிறார்கள்.)

(மற்றவர்கள் அவரை அறைக்குள் கொண்டு செல்கிறார்கள்.)

சீனி : *(உள்ளிருந்து)* ஐயோ, என்னைக் கொல்றாங்களே!

டாக் : ஒண்ணும் இல்லே. எறும்பு கடிக்கறாப்புல இருக்கும்.

சீனி : வேண்டாம். எனக்கு வேண்டாம். எனக்கு ஒண்ணும் இல்லே. ப்ளீஸ். நான் இனிமே ஒண்ணும் சொல்லலே, வாயை மூடிண்டு இருக்கேன்... சொல்றதைக் கேக்கறேன்.

(கண்ணாடி உடையும் சத்தம்)

டாக் : பாத்தேளா, சரியாப் புடிங்க சார். போலீஸ் ஆபீஸரா இருந்து பலமே இல்லியே!

சீனி : வேண்டாம் விட்டுடு, விட்டுடு... இப்ப விடப் போறியா இல்லியா?

இன் : *(பளீர் என்று அறையும் சத்தம் கேட்க)* இப்ப கம்முனு இருய்யா!

(திடீர் என்று மௌனம்)

(முன்மேடையில் லக்ஷ்மியும் வசுவும் விசும்பிக் கொண்டிருக்கிறார்கள். டாக்டர் கையைத் துடைத்துக் கொண்டு வெளியே வர, இன்ஸ்பெக்டரும் கான்ஸ் டபிள்களும் உடைகள் கலைந்து வருகிறார்கள்.)

டாக் : ராத்திரி ரூம் கதவைத் திறக்காதீங்க. ஜன்னல் வழியாகவே சாதம் குடுங்கோ.

லக்ஷ்மி : டாக்டர் அவருக்கு என்ன?

டாக் : ஷிட்ஸோஃப்ரீயான்னு சொல்லுவாங்க... எவ்வளவு நாளா இந்த மாதிரிப் பேசறார்?

லக்ஷ்மி : ஒரு வாரம், பதினஞ்சு நாளா! ஒருநாள் தனியா விட்டுட்டு வெளியில போயிருந்தோம்.

வசு : *ரிடையர் ஆன மறுதினம்!*

டாக் : அப்பப் புரிகிறது. ரிடையர் ஆனது இமோஷனலா ஒரு ட்ரெளமா. அதான் பாதிச்சுருக்கு... இதுக்கு முன்னாடி வலிப்பு ஏதாவது வருமா இவருக்கு?

லக்ஷ்மி : வந்ததில்லே டாக்டர். இப்பதான் ரகளை பண்ணி அட்டகாசம் பண்றார். நிச்சயதார்த்தத்தை நிறுத்திப் பிட்டார். பல சமயம் சரியாகவே இருக்கார். சிரிச்சுப் பேசிண்டு. திடீர்னு மணியடிச்சு மணியடிச்சு மாயறார். தனக்குத்தானே பேசிக்கறார்.

டாக் : கவலைப்படாதீங்க. எல்லாம் சரியாப் போய்டும். இவரை நாளைக்குக் காலைல ஜி.ஹெச்.ல சைக்கியாட்ரி வார்டில, என் கலீக் பால கோபால்னு இருக்கார். அவர்கிட்ட அழைச்சுண்டு போகலாம். ரெண்டு மூணு தடவை இ.வி.டி. ட்ரீட்மெண்ட் குடுத்தா குணமாயிடும். என்னவோ அஜிடேஷன் ஆயிருக்கு. *(பூஜை சாமான்களைப் பார்த்து விட்டு)* என்ன இதெல்லாம்?

லக்ஷ்மி : பூஜை சாமான்கள். ஒரு பூசாரி வந்து உடுக்கடிச்சு பிசாசு வெரட்டினான்.

டாக் : *(சிரித்து)* அதுக்கெல்லாம் தேவையில்லை. நீங்கள் ளாம் படிக்கலியா? மூட நம்பிக்கைகளை விட்டுத் தொலையுங்கோ. மூணு ஷாக்கில சரியாப் போய்டும்.

வசு : ஷாக்கா?

டாக் : ஆமா. ஷாக் ட்ரீட்மெண்டாதான் கொடுப்பாங்க. சும்மா எழுவது வோல்ட். ஒரு ஒதறு ஒதறும். அவ்வளவுதான். பளிங்கு மாதிரி தெளிஞ்சுடுவார். இன்ஸ்பெக்டர், நாளைக்கு எதுக்கும் நீங்களும் காலைல வாங்க. பேஷண்ட் கொஞ்சம் வயலெண்டா இருக்கார். பாருங்கம்மா, ட்ரீட்மெண்ட் எடுக்கறவரைக்கும் ரூமை

விட்டு வெளில விட்டுடாதீங்க. கொஞ்ச நாழி தூங்கு வார் இப்ப. முழிச்சுண்டப்புறம் கொஞ்சம் சத்தம் போடுவார். கண்டுக்காம மனசைக் கல்லாக்கிண்டு இருக்கணும். *(லக்ஷ்மி விசும்புகிறாள்.)*

டாக் : அழுது என்ன பிரயோஜனம்! இது ஏதோ ஜுரம் மாதிரின்னு வெச்சுக்குங்க. மருந்து குடுத்தாச் சரியாப் போயிடும். வாங்க இன்ஸ்பெக்டர்... *(சுந்தர் வருகிறான் வெளியிலிருந்து.)*

சுந் : என்ன இது அமர்க்களம்? இவாள்ளாம் எதுக்கு வந்திருக்கா வசு?

(பதில் கொடுக்காமல் இருவரும் உள்ளே செல் கிறார்கள். சுந்தர் சோகத்துடன் திரும்புகிறவன் இன்ஸ்பெக்டர், டாக்டர் இருவரும் கிளம்புவதைப் பார்க்கிறான்.)

சுந் : என்ன இன்ஸ்பெக்டர், ஏதாவது திருட்டு கிருட்டு?

இன் : நீங்க யாரு?

சுந் : மாடில குடி இருக்கிறவன்.

இன் : அப்பிடியா அந்த அம்மாளையும் மகளையும் கொஞ்சம் கவனிச்சிக்குங்க. பெரியவரு...

சுந் : பெரியவருக்கு என்ன?

இன் : முத்திப் போச்சு. ஸெடேடிவ்ஸ் குடுத்து உள்ள படுத்திருக்காரு.

சுந் : அடடா! அவ்வளவு தூரத்துக்குப் போயிடுத்தா?

இன் : நாளைக்கு அழைச்சுக்கிட்டுப் போங்க!

சுந் : எங்கே?

இன் : என்னய்யா கேள்வி? பைத்தியக்கார ஆஸ்பத்தி ரிக்கு... *(போகிறார்கள்)* சுந்தர் *(திகைத்து)* ஐயோ *(அறைக்குள் எட்டிப் பார்த்து)* சார், சீனி மாமா! சீனி சார்!

வசு : *(வந்து)* இப்ப அவரை எழுப்பியே ஆகணுமா?

சுந் : என்ன வசு, அப்பாவுக்குப் பைத்தியமா?

வசு : அவரை எழுப்ப வேண்டாம்.

சுந் : சேச்சே! நம்பவே முடியலையே! அவரைப் போய் பைத்தியங்கிறதாவது! ஆஸ்பத்திரிக்கா அழைச்சுண்டு போகப் போறாங்க?

வசு : ஒங்களுக்கென்ன! ஒங்க வேலையைப் பார்த்துண்டு போங்கோ. எங்கப்பாவுக்கு என்ன ஆனா என்ன! எல்லோரும் உள்ளூற சிரிச்சுக்கறா! எங்களுக்கு நேர்ந்த கதியைப் பார்த்து சிரிச்சுக்கறா! எல்லாருக்கும் சந்தோஷம். *(மெலிதாகத் தொடங்கி விசித்து விசித்து அழுகிறாள்.)*

சுந் : இது பாரு வசு! அழாதே! இத பாரு... அழக்கூடாது. ஒண்ணும் இல்லே அவருக்கு. நாளைக்கே சரியா யிடும் பாரேன்!

வசு : *(அழுகையுடன்)* ராமமூர்த்தி என்னைப் பார்த்து 'ஒங்க ஃபாமிலிலேயே இது உண்டா'ங்கறார்!

சுந் : அடப் பாவி! கிராதகன்! ஒரு மனசு புண்படும்னு தெரியாம இருக்கானே!

வசு : எல்லோரும் சிரிக்கிறா சுந்தர் *(அழுகிறாள்.)*

சுந் : நான் சிரிக்கலை வசு! நான் ஒங்களுக்காக ஜெனுவினா வருத்தப்படறேன். நீ அழக் கூடாது. நீ அழுதா எனக்கும் அழுகை வரும். *(கைக்குட்டை எடுத்துக் கொடுத்து விட்டு, இன்னொரு கைக்குட்டையை எடுத்து தன் கண்களையும் துடைத்துக் கொள்கிறான்.)*

(சுந்தருக்கு உள்ளூர சந்தோஷம். வசு இந்தத் துக்கத் தால் கிட்ட வந்து விட்டதில்.)

சுந் : *(விசும்பலுடன்)* அப்ப நீ ராமமூர்த்தியோட பேசி னியா?

வசு : *(விசும்பலுடன்)* ராமமூர்த்தியைப் பத்திப் பேசா தீங்க.

சுந் : அவன் பேச்சே இனிமே வேண்டாம்!

வசு : அவர் சகவாசமே இனிமே வேண்டாம்!

சுந் : ஓங்க ஃபாமிலியில இது உண்டான்னு கேட்டானா, என்ன திமிர்!

வசு : அதானே!

சுந் : நீ அழாதே வசு! ஓங்கப்பா கொஞ்சம் ட்ரீட்மெண்ட் எடுத்துண்டார்னா சரியாப் போய்டும்.

வசு : நாளைக்கு அவரைப் பலாத்காரமா இழுத்துண்டு போகப் போறாளேன்னு கேக்கவே திக்கு திக்கங் கறது.

சுந் : நான் எப்பிடியாவது சமாதானம் சொல்லி அவரைக் கூட்டிண்டு போறேன். கவலையே படாதே.

வசு : அவருக்குச் சரியாப் போயிடுமா சுந்தர்?

சுந் : நிச்சயம், நிச்சயம்!

வசு : ரெண்டு நாள் ட்ரீட்மெண்டில் பழையபடி ஆய்டு வார்னு டாக்டர் சொன்னார்.

சுந் : நிச்சயம். நிச்சயம்! இது என்ன கன்னத்துல கரி? *(துடைத்து விடுகிறான். லக்ஷ்மி வருகிறாள்.)*

லக்ஷ்மி : அவனோட என்னடி பேச்சு ஒனக்கு?

வசு : அம்மா, நாளைக்கு சுந்தர் ஒத்தாசையும் தேவையா இருக்கும்மா. சும்மா இருக்கறவா எல்லாரையும் பகைச்சுக்கறதுல பிரயோசனமில்லை... அதுவும் இந்தச் சமயத்துல!

லக்ஷ்மி : ஆமாம்ப்பா! உன்னைப் பொரிஞ்சு தள்ளினதெல் லாம் சொப்பனம் போல ஆய்டுத்து. இந்தப் பெரிய கஷ்டத்தில!

சுந் : மாமி! நீங்க ஒண்ணும் கவலைப்படாதேங்கோ. என்கிட்ட விடுங்கோ. நான் ஆஸ்பத்திரிக்கு அழைச் சிண்டு போய், ட்ரீட்மெண்ட் குடுத்து, எல்லாத் தையும் முடிச்சிண்டு அவரை முழுசா குணமாக்கிக் கொண்டு வரேன். என்கிட்ட விட்டுடுங்கோன் னேனே.

வசு : *தாங்க்ஸ் சுந்தர்!*

சுந் : *எனக்கு என்ன தாங்க்ஸ்! நான் எதுக்காக இருக்கேன்!*

(திரை)

காட்சி 6

இரவு : மேடையில் ஏறக்குறைய இருள். சீனிவாசனை அடைத்து வைத்திருக்கிற அறையில் மட்டும் விளக்கு எரிகிறது. ஜன்னலைப் பிடித்துக்கொண்டு சீனிவாசன் நிற்கிறார்.

சீனி : *(உரக்க)* யாராவது வாங்களேன்! என்னை வெளில விட்டுடுங்களேன். லக்ஷ்மி, வசு! என்னடி, என்னை இப்பிடி முனிசிபாலிட்டி நாய் மாதிரி அடைச்சு வெச்சிட்டேளே! எனக்கு ஒண்ணும் இல்லே! எனக்குப் பைத்தியம் இல்லே, நான் இனிமே அவனைப் பத்திப் பேசவே மாட்டேன்! கம்முனு இருக்கேன். என்னை வெளில விட்டுடுங்களேன்! லக்ஷ்மி, வசு? சுந்தர், ஏய் சுந்தர்! *(சுந்தர் இறங்கி வர, மேடையில் கொஞ்சம் ஒளி அதிகமாகிறது!)*

சீனி : என்னை அடைச்சு வச்சிருக்காடா! திறந்து விட்டுடேன்!

சுந் : வெளில பூட்டி இருக்கே.

சீனி : சாவி அந்தப் படத்துக்குப் பக்கத்துல மாட்டி இருப்பா.

சுந் : *(பார்த்து)* இல்லையே! *(இருக்கிறது.)*

சீனி : அப்ப அந்த ரெண்டு ராட்சசிகளையும் எழுப்பு. என்னை உள்ளே அடைச்சுட்டுத் தூங்கறாளுக பாரேன்...

சுந் : எல்லாம் உங்க நல்லதுக்குத்தானே மாமா!

சீனி : அப்ப நீ கூட அவா கட்சில சேர்ந்துட்டியா? டேய், எனக்குப் பைத்தியம் இல்லேடா.

சுந் : ஒங்களை யாரு பைத்தியம்னு சொன்னா? மொமென்ட்ரியா ஒரு வித மென்டல் டிஸ்டர்பன்ஸ். சரியாகப் போய்டும். நேத்தி ராத்திரி அப்புறம் டாக்டர் கிட்டே பேசினேளே ஒரு விதமான Manic depressive state ஆம் ஒங்களுக்கு! ரிட்டையர் ஆன ஷாக்குல திடீர்னு ஒங்களுக்கு இம்பார்ட்டன்ஸ் குறைஞ்சுட்டதுனாலே, ஒங்க மேல மத்த பேர் கவனத்தைச் செலுத்தறதுக்காக இந்த மாதிரி விஷன்ஸ் எல்லாம் பார்க்க ஒரு விதமான இன்ஸெக்யூரிடியினாலதான் இந்த நெலைமையாம்! டாக்டர் சொன்னார்.

சீனி : நாசமாப் போனான்! அந்தப் பூசாரிக்கும் டாக்டருக்கும் வித்தியாசமில்லே. அவன் தமிழ்ல ஏமாத்தறான். இவன் இங்கிலீஷ்ல ஏமாத்தறான். இன்ஸெக்யூரிடியாம். நான் நேராப் பார்க்கற ஒரு விஷயத்தை நம்ப மாட்டேன்கறீங்களே.

சுந் : மறுபடி ஆரம்பிச்சுட்டீங்களே.

சீனி : நீ கொஞ்சம் புத்திசாலி, புரிஞ்சுப்பேன்னு நெனைச்சேன். டேய், நான் சொல்றதைப் பார். பைத்தியம் புடிச்சவன் சொல்லா அது? அது என் குரல்ல, என் கண்ணுல்ல ஸின்ஸியாரிடி இருக்கிறதை ஒன்னால உணர முடியலே?

சுந் : அது போறாதே. ப்ரூஃப் வேணுமே ஜனங்களுக்கு. ஒரு நிமிஷம் இருங்கோ *(மணியடித்து)* இப்ப அவன் வந்திருக்கானா?

(மேடை ஒளி அதிகமாகிறது. சீனிவாசன் இல்லாததால் மேடையில் ஜோ தெரிவதில்லை.)

சீனி : ஆமா வந்திருக்கான். ஒன் பக்கத்துலயே நிக்கறான்.

சுந் : அவன் பேர் என்ன சொன்னேள்?

சீனி : ஜோ!

சுந் : ஜோ, நான் சொல்றது ஒனக்குக் கேக்கறதா?

ஜோ : கேக்கறது *(குரல் மட்டும்.)*

சீனி : கேக்கறதாம்.

சுந் : ஜோ! இத பாரு, நீ இங்கே வந்ததுனால, ஒன்னை வரவேற்றதுனால இவர் லைஃப் பாதிக்கப் பட்டிருக்கு. ஒன்னைப் பார்க்கறதா இவர் சொல்றதை ஒருத்தரும் நம்ப மாட்டேன்கறா! நானும் இது வரைக்கும் நம்பலே! நான் இப்ப ஜோவோட பேசறேனா, இல்லே சீனிவாசன் மனசில இருக்கற ஒரு பிரமையோட பேசறேனான்னு தெரியலை. இருந்தாலும் ஜோ, நீ இருக்கேன்னு எங்களுக்குத் தெரியணும்னா எங்களுக்கு ப்ரூஃப் இல்லாம நாங்க ஒத்துக்க முடியாது.

சீனி : ஆமாம் ஜோ! நீ ஒங்க மேலிடத்துக்கு எழுதினது என்ன ஆச்சு?

ஜோ : அனுமதி வந்துடுத்து மாமா! இன்னிக்குத்தான் வந்தது!

சீனி : *(மகிழ்ச்சியுடன்)* அப்படியா! இப்ப இவனுக்கு நீ இருக்கறதைக் காட்டிடு!

ஜோ : எப்படிக் காட்டணும்?

சீனி : சுந்தர் எப்படி வேணும் உனக்கு ப்ரூஃப்?

சுந் : இந்த மேஜையை நகர்த்தச் சொல்லுங்க பார்க்க லாம்! *(விர்ரும் என்ற உறுமலுடன் மேஜை தானாக நகர்கிறது!)*

சுந் : *(மலைத்து)* ஓ மை காட்! *(மறுபடி நகர்கிறது. அதற்கு ஒதுங்கிக்கொண்டு)* போறும் போறும்! மை காட். நீங்க சொல்றது நிஜம்! நிஜமாகவே ஒரு ஆள் இந்த ரூம்ல இருக்கான்!

சீனி : நானும் அதைத் தாண்டா சொல்லிண்டே வரேன். எனக்குப் பைத்தியமாடா?

சுந் : சேச்சே! சாவி இருக்கு... இல்லேன்னு பொய் சொன்னேன். *(திறந்து விடுகிறான். வெளியே வரு கிறார்.)*

(சீனிவாசனுக்கு இப்போது ஜோ தென்படுகிறான்.)

சீனி :	அப்பவே புடிச்சு நான் இதைத்தான் சொல்லிண்டிருக் கேண்டா!
சுந் :	மை காட்! சீனி மாமா!
ஜோ :	இந்த ரேடியோவை நகர்த்திக் காமிக்கட்டுமா? (தூக்கி எடுத்துக் கீழே வைக்க.)
சுந் :	(பிரமித்து) நம்பறேன்! நம்பறேன்!
சுந் :	சீனி மாமா! நாளைக்குப் பாருங்க வேடிக்கையை! (சிரித்து) நீங்க என்ன பண்றேள், பேசாம சாது மாதிரி ரூமுக்குத் திரும்பிப் போய் படுத்துண்டுடுங்கோ. அவா ஒங்களை ஆஸ்பத்திரிக்கு அழைச்சிண்டு போக வருவா பாருங்கோ... டாக்டர், இன்ஸ்பெக்டர், பக்கத்து வீட்டு சேஷகிரி ராவையும் கூட்டி வெச்சுக்கலாம்... நீங்க சாது மாதிரிக் கிளம்புங்க. கிளம்பற சமயத்துல நான் சொல்ற மாதிரி செய் யுங்கோ... அப்ப ஜோ நீ இருக்கியா?
சீனி :	இருக்கான்.
சுந் :	ரெண்டு பேரும் நான் சொல்றதைக் கொஞ்சம் கவனிங்கோ. (சீனிவாசன் அருகில் வர, சுந்தரின் மற்ற பேச்சுகள் கேட்க, நடக்க, மேடை இருள்.)

(திரை)

காட்சி 7

(மறுதினம் காலை, டாக்டர், இன்ஸ்பெக்டர், இரண்டு ஆம்பு லன்ஸ் ஆசாமிகள், கான்ஸ்டபிள்கள், வசு, சுந்தர், சேஷகிரி ராவ் எல்லோரும் காத்திருக்க, டாக்டர் சன்னமாக ஜாக்கிரதையாகக் கதவைத் திறக்கிறார்.)

ஆம்புலன்ஸ்

ஆர்டர்லி 1 : அம்மா, நீங்கள்ளாம் கொஞ்சம் அப்பால ஒத்திக் கணும். திடுதிப்புனு மேலே பாஞ்சுடும். கிருஷ்ணா பேட்டையில ஒரு கேஸ‌ு வேட்டியை உருவிச்சு!

டாக் : இன்ஸ்பெக்டர், அனாவசியமா வயலன்ஸ் வேண் டாம் என்ன! *(லக்ஷ்மியும் வசுவும் பயந்து ஒதுங்கு கிறார்கள்.)*

சுந் : அவர் என்னவோ காமாதான் (Calm) இருக்கார். காலம்பற பார்த்தேனே! மாமி, காலம்பற அவரைப் பார்த்தேளா? வசு, நீ பார்த்தியே? என்னவோ ஒரு அமானுஷ்யமான ஜோதி அவர் மூஞ்சிலே...

வசு : ராத்திரி எல்லாம் பினாத்தினாரே. நெஞ்சைக் கல்லா வெச்சுண்டு சும்மா இருந்தேன்.

(டாக்டர் கதவைத் திறந்து உள்ளே போகிறார். பின்னர் உள்ளேயிருந்து குரல்கள் கேட்கின்றன.)

சீனி : வாங்க டாக்டர்!

டாக் : என்ன சீனிவாசன்! எப்பிடி இருக்கீங்க?

சீனி : பழையபடி அந்தத் தொந்தரவு ஏதாவது இருக்கா?

சீனி : எந்தத் தொந்தரவு?

டாக் : சரி, சரி. என் கூட வரேளா?

சீனி : நீங்க எங்க கூட்டிண்டு போனாலும் வரேன்.

(சீனிவாசனும் டாக்டரும் வெளியே வர, உடன் ஜோவும் வருகிறான்.)

லக்ஷ்மி : *(அருகில் வராமல்)* எப்பிடின்னா இருக்கேள்?

வசு : எப்பிடிப்பா இருக்கே?

சேஷ : இப்ப அவர்கூடப் பேசாதீங்கம்மா... பைத்தியத் துக்கு ஒறைக்காது, கேக்கவே கேக்காது.

சுந் : அனுபவத்துலேருந்து சொல்றேள்.

டாக் : வாங்கய்யா, இந்த ஆளை அழைச்சிட்டுப் போங்க. *(ஆம்புலன்ஸ் ஆர்டர்லிகள் அவரை நெருங்குகிறார் கள்.)*

சீனி : *(வசீகரமாகச் சிரித்து, ரசித்துச் சிரித்து குரலை உயர்த்தி)* அடேய் மானுடப் பதர்களா! என்னை

யாருன்னு ஒங்களுக்குத் தெரிஞ்சிக்க முடியலியே! என்னுடைய மகிமையை ஒங்களால புரிஞ்சுக்க முடியலியே! கிட்ட வரயா? வா. என்னைக் கட்டிப் பிடிக்கறியா? வா! *(லக்ஷ்மியும் வசுவும் திகைக்க, ஆர்டர்லிகள் சற்றே பின்னடைகிறார்கள்.)*

டாக் : அப்பிடித்தான் பேசுவாரு போய்யா!

ஆர் 1 : *(அருகே செல்லப் பின்னாலிருந்து ஜோ அவன் முதுகில் செமையாக ஒரு வெட்டு வெட்டுகிறான்.)* யம்மாவ்! யாரு அடிக்கறது? *(பின்னால் திரும்பிப் பார்த்துப் புரியாமல் பிரமிக்கிறான்.)*

ஆர் 2 : என்ன சின்னராஜு பயப்படுறியா?

ஆர் 1 : (சமாளித்து) இல்லே வாத்தியாரே, கிட்ட நெருங் கினப்போ யாரோ பின்னாலேருந்து குத்தினாப்பிலே இருந்தது.

ஆர் 2 : எங்கே, நான் பார்க்கறேன்?

(கிட்டப் போனவனும் அடிபடுகிறான்) ஆ! ஆ! இடுப்பில குத்து! யார் குத்தினாங்க? *(எல்லோரும் சிரிக்கிறார்கள்.)*

டாக் : என்னய்யா இது? ரெண்டு பேரும் வெளையாடறீங்க. ஒதுங்குங்க. *(அருகே செல்ல, ஜோ மறுபடி நிதான மாகப் புன்னகையுடன், அவர் கண்ணாடியைக் கழற்றி மண்டையில் ஒன்று வைத்து விட்டு, கண்ணாடியை மாட்டி விடுகிறான்.)*

டாக் : என்ன இது? யாரு அடிச்சா? யாரு கண்ணாடி கழட்டிட்டு மறுபடி மாட்டினது? சும்மா இருக்க முடியலியா ஒங்களுக்கு?

இன் : அய்யய்யோ! நான் என்ன செஞ்சேன்?

டாக் : பின்னே யாரு என்னை மண்டை மேல தட்டினா?

இன் : மண்டை மேலயா?

சீனி : இன்ஸ்பெக்டர் அருகில் வா!

(இன்ஸ்பெக்டர் அருகில் வருகிறார்.)

சீனி : ஒரு சுவாமி வரும்போது என்ன செய்ய வேண்டும்?

இன் : *(அலட்சியமாக)* என்ன?

சீனி : தொப்பியை எடுக்க வேண்டாமா?

(ஜோ, இன்ஸ்பெக்டரின் தொப்பியை எடுத்துக் காற்றில் பூமராங் போலப் பறக்க விட, அது சீனிவாசனிடம் போய்ச் சேருகிறது. அத்தனை பேரும் கண் கொட்டாமல் இந்த அதிசயத்தைப் பார்த்திருக்க...)

சுந் : ஹாங்! இது பைத்தியமில்லே, ஏதோ ஒரு தெய்வீக சக்தி! தெய்வ சக்தி! சுவாமி நீங்க யாரு?

சீனி : உம்? உம்?.... சீனிவாசானந்த ஜோ! இன்னும் பாருங்கள், மானுடப் பதர்களே!

(ஜோ ஏற்கெனவே ரிஹர்ஸ் பண்ணினபடி ரேடியோவை உயர்த்திப் பறக்க வைக்கிறான். மேஜை நாற்காலிகள் குதிக்கின்றன. கடிகாரத்தின் முள் நகர்த்தப்படுகிறது. இன்னும் பல அதிசயங்கள். லக்ஷ்மி, இதெல்லாம் நடந்துகொண்டிருக்கும் போதே உள்ளே ஓடிச் சென்று திரும்பி வந்து ஆரத்தி சுற்றுகிறாள்.)

சேஷ : என்ன அதிசயம்! சாமான்கள் எல்லாம் பறக்கறது, தானாகவே பறக்கறது!

டாக் : நம்ப முடியலியே!

இன் : சின்னராஜு இது பைத்தியமில்லே! ஏதோ தெய்வம்?

(சேஷகிரி ராவின் வேஷ்டி உருவப்படுகிறது.)

சேஷ : *(அதைப் பிடித்துக்கொண்டு மண்டியிட்டு)* சுவாமி பிரபோ! வேண்டாம்! தயவு பண்ணு! மந்த்ராலய சுவாமி! என்னை மன்னிச்சுடு. என் வேஷ்டியை விட்டுடு... நான் டிராயர் போட்டுக்கலே! என்னை இப்பிடி சபையில அவமானப்படுத்தாதே! ஒனக்கு நூறு தேங்கா ஒடைக்கறேன்.

இன் : என் தொப்பியைத் திருப்பிக் கொடுத்துடுங்க சுவாமி!

டாக் : என்னது உம்?

சுந் : பிரபோ! மஹாப் பிரபோ. அவதாரமே! நாங்கள்ளாம் ஒங்களைப் பித்து பிடிச்சவர்னு சொல்லிட்டமே. அதை நெனைச்சாத்தான் எனக்கு மன வருத்தம் தாங்கலே. தெய்வமே! எங்க மாதிரிச் சின்ன மனுசங்களை மன்னிக்க முடியுமா ஒங்களாலே?

சீனி : மன்னிக்கறதுக்கு முன்னால நான் யாரு தெரிகிறதா? *(ஏறக்குறைய எல்லோரும் 'தெரிகிறது, தெரியறது' என்று கத்துகிறார்கள்.)* சுந்தர் மண்டி போட்டு அவரை வணங்கி, 'சுவாமி சீனிவாசானந்தாவுக்கு' என்று கத்துகிறான். எல்லோரும் 'ஜே' போட்டு வணங்குகிறார்கள்.

சீனி : ஜே, கோஷம் எல்லாம் எனக்குப் பிடிக்காது. தூய மனசோட நீங்கள்ளாம் வரணும். அப்ப என்னோட உண்மை நிலையை ஒங்களால தெரிஞ்சுக்க முடியும். அன்பே தெய்வம்னு தெரியும்.

(எல்லோரும் பரவசமாகி நிற்க.)

ஜோ : சீனி மாமா! இன்னும் ஏதாவது செய்யணுமா?

சீனி : வேண்டாம்.

(அவர்கள் மீண்டும் மண்டியிட்டு அவரை வணங்க.)

இன் : சுவாமி, எங்களை எல்லாம் மன்னிச்சுடுங்க. அற்பத் தனத்துனால அறிவு கம்மினதால் ஒங்களை...

சீனி : பரவாயில்லை, *(ஜோவைப் பார்த்து)* அவர் தொப்பியைத் திருப்பித் தந்து விடலாமா? *(ஜோ சீனியிடமிருந்து அதை எடுத்து இன்ஸ்பெக்டரிடம் திருப்பித் தருகிறான். அதை அவர் அணிகிறார்.)*

டாக் : சுவாமி தெய்வமே! ஆறு வருஷமா என் பெண் டாட்டிக்குக் கொழந்தை இல்லே...

சுந் : சட்! இதையெல்லாம் சுவாமி கிட்ட கேக்கக்கூடாது.

சீனி : பரவாயில்லை. அன்பனே, அவளை அப்புறம் அழைத்து வா!

லக்ஷ்மி :	*(தன்னையறியாமல்)* ஏன்னா?
சுந் :	உச்! இந்தச் சமயத்தில் அவர் 'ஏன்னா' இல்லை மாமி! தெய்வம் வந்திருக்கு. மேஜை, பெஞ்சு, நாற்காலி எல்லாம் பறந்ததே! பார்க்கலியா?
லக்ஷ்மி :	இப்ப இவர் அவர் இல்லையா?
சீனி :	சீனிவாசப் பெருமாள் மாமி! என்ன புரியாம நிக்கறேள்! சேவிங்கோ!

(ஜோ ஓரத்தில் இருக்கும் ரேடியோவைத் தட்ட 'சுப்ரபாதம்' தானாக ஒலிக்கிறது) - ஒரு டார்ச் லைட்டை எடுத்து சீனி மேல் ஒளிர வைக்கிறான்.

வசு :	கலியுகத்து அதிசயங்கள் நடக்கின்றன.
லக்ஷ்மி :	பெருமாளே! என்னை மன்னிச்சுடுங்கோ! அல்ப புத்தி. அபசாரம் செஞ்சுட்டேன்!
வசு :	அபசாரம் ஆமாம்ப்பா! திருத்திக்கொண்டு, பெரு மாளே...
சுந் :	எல்லோரும் சேவிங்கோ!

அவர்கள் அனைவரும் சரணடைய, சுந்தர் மட்டும் அவரிடம் 'வெற்றி' என்று சைகை காட்டி விட்டுத் தானும் அவர்களுடன் சேர்ந்து சேவிக்கிறான். (as the lights fade out) பின்னணியில் குரல்கள் ஒவ்வொன்றாகக் கேட்கின்றன.

ஆண் குரல், பெண் குரல், வயதானவர் குரல்... 'ஏண்டியம்மா, அசோக் நகர் புது எக்ஸ்டென்ஷன் காலனியில ஒரு அதிசயமாமே! அங்கே ஒரு ஆத்தில சீனிவாசப் பெருமாளே வந்திருக்காராம்!' 'நான் போய்ப் பார்த்தேன் மாமி! ரொம்பக் கூட்டமா இருந்தது. சனிக்கிழமை போய் வரலாம்னுட்டார் இவர். நாஸ்திக வாதம் பேசிண்டிருந்தார். திடுப் திடுப்னு சீனிவாச சாமின்னா அப்பிடியே மாஞ்சு போறார்.'

(இதோடு இணைந்தாற்போல்)

கடவுள் வந்திருந்தார் ○ 89

‘நானும் எவ்வளவோ பார்த்திருக்கேன் வாத்யாரே! என்னமோ சும்மா வித்தை காமிக்கறாங்கடான் னுட்டு இருந்தேன். இந்தக் கண்ணால பார்த்தேன்! மணி தானா அடிச்சுக்கிது. சொன்ன சொல்லுக்கு லைட் எரிஞ்சு அணையுது. இம்மாம் பெரிய மேஜை அந்தரத்துல பறக்குது... மனுசனால செய்ய முடியாத வேலைப்பா இது! ஏமாத்து வேலை எதுவும் இல்லே. எனக்கு முன்னெல்லாம் இதுல நம்பிக்கையில்லாம...’

‘நீங்க இதைச் சொல்றியளே, நம்ம ஆதிகேசவன் நேர்ல பார்த்துட்டு வந்து கதை கதையாச் சொல்றான். சாமியோட ஒரு கண் வீச்சுல வீடே பறக்குதாமே! ஒரு அர அவுரு ப்ரேயர் மீட்டிங்குக்கு வந்தவங்க எல்லாரையும் ஒரு அரை மணி நேரம் தலைகீழா ஒக்காத்தி வச்சிச் சிரிச்சிட்டிருந்தாராம். ‘ஆ! அப்பிடியா? அப்போ அவுரு எப்பிடி ஒக்கார்ந் திருந்தாரு?’ ‘கூரை மேல. வௌவால் கணுக்கா.’

(இதோடு இணைந்தாற்போல்)

‘ஆத்யம் எனக்குக் கூடக் கொஞ்சம் ஸம்சயம்தான் கேட்டயா? ஆனா நானே நேர்ல பாத்தப்புறம், என்னடாது, இவர் இப்பிடி மிடுக்குன்னுட்டு வியக்தமாச்சு. என்ன அநியாயம்? அவர் பாட்டுக்கு வாயு ஸ்தம்பனம் பண்றார், ஜலஸ்தம்பனம் பண்றார். அக்கினில குளிச்சுட்டு ஜில்லுனு எழுந்திருக்கிறார்.’

(இதோடு இணைந்தாற்போல்)

‘அசோக் நகர் சாமிஜீ, ஒரு தலைகாணியையே தின்னுட்டாராமே?’ ‘ஆமாம், தெரியாதா? பத்து நாளா ஜலபானம் இல்லாம ஒக்காந்திருந்தாராம். கொஞ்சம் மயக்கமா இருக்கறாப்ல இருந்துதாம். பக்த கோடிகள்ளாம் பயந்து போய், அவர் ஏதாவது சாப்பிடணும்னு கெஞ்சினாளாம். ஒடனே அவர் முதுகுக்கு அண்டை குடுத்திருந்த ஒரு தலை காணியை அப்பிடியே பிச்சுப் பிச்சுத் தின்னுட்டு ஏப்பம் விட்டுட்டாராம். தன்னோட அங்க

வஸ்திரத்தையே அதுக்குத் தொட்டுண்டாராம். பயந்து போன பக்த கோடிகள்ளாம் சிரிச்சுண்டே கண்ணீர் விட்டாளாம்.'

(இதோடு இணைந்தாற்போல்)

மலையாளம், கன்னடம், தெலுங்கு, மராட்டி, குஜராத்தி, வங்காளி, ஹிந்தி மொழிகளில் பேச்சுகள் தொடர்ந்த பின்.

'The Phenomena is unbelievable. Defying all physical laws of gravity and motion, the objects jump and swing and dance merrily, as though they were celestial objects. I have personally seen this. This is an act of God not a mortal's or a magician's not even a scientist's. None of them could do this stupefying demonstration of the occult and the spiritual so fluently! The Swami is genuine...'

(இதைத் தொடர்ந்து எல்லா மொழிகளிலும் கலகலவென்று ஒரு கதம்பக் கூச்சல்)

(திரை)

காட்சி 8

(மேற்சொன்ன வாக்கியங்களை மேடையின் அமைப்பில், கொஞ்சம் மாறுதல்கள் ஏற்படுத்தப் போதுமான அளவு நீட்டிக்கொள்ளலாம்.)

(மறுபடி மேடையில் ஒளி பரவும்போது அறையின் பின் சுவர் Panelகள் நீக்கப்பட்டு அதைச் சற்றுப் பின் புறமாக விஸ்தரிக்கப்பட்டிருக்கிறது. ஜன்னலில் அழகிய திரைகள் தொங்குகின்றன. ஒரு A.C.யின் முகப்பு தெரிகிறது. ரேடியோ புதிது. சோஃபா செட்டும் புதிது. தோப்பு தெரிகிறது. சீனிவாசன் இடது ஓரத்தில் பிரதானமாக உட்கார்ந்திருக்கிறார். மஞ்சள் சில்க்கில் உயர்தர ஜிப்பா, நெற்றியில் ஒற்றைச் சிவப்புக் கோடு... மெலிதான கறுப்புக் கண்ணாடி அணிந்திருக்கிறார். ஒரு விதமான

தியானத்தில் இருக்கிறார். ஊதுபத்தி, தீபம், லக்ஷ்மியும் வசுவும் ஒரு தம்புரா எடுத்து வருகிறார்கள்.)

வசு : அப்பா.

லக்ஷ்மி : தியானத்துல மூழ்கி இருக்கார். இப்பக் கூப்பிடாதேடி!

வசு : அவரோட சாதாரணமாகப் பேசி நாளாயிடுத்தும்மா! ஒருவிதமா அப்பாவே எழுந்துட்ட மாதிரிதான் இருக்கு...

சீனி : *(கண் விழித்து)* அப்பிடி இல்லே, வசு. ஒனக்கு எப்போதும் நான் அப்பாதான்.

வசு : *(சந்தோஷப்பட்டு)* அப்பா! ஒங்களோட பேசி எத்தனை நாளாயிடுத்து! ஒங்க மேலே பெருமாள் வரப்போது கிட்ட நெருங்கறதுக்குப் பயமா! இருக்கு.

லக்ஷ்மி : என்னையும் கொஞ்சம் ஆசீர்வாதம் பண்ணிடுங்கோன்னா! ஒங்க கை என் மேலே பட்டா பாக்கியம்! வசுவோட கல்யாணத்தைப் பத்திப் பெருமாள் ஏதாவது சொன்னாரான்னா?

வசு : *(அதட்டி)* என்னம்மா இது!

சீனி : பரவாயில்லே. அவ கேட்டதும் எனக்கு ஞாபகம் வந்துடுத்து, வசு கல்யாணத்தைப் பத்திப் பெருமாள் நிச்சயம்... அடிக்கடி அவருக்கும் எனக்கும் சர்ச்சை நடக்கும். 'டேய் ஊருக்கெல்லாம் ஜோஸ்யம் சொல்றே, கல்யாணம் நடக்கும் நடக்காதுங்கறே... பிரசாதம் தரே...!' பெருமாள் சொல்றார்! எப்பிடி இருக்கு! நான் தரேனாம்!... *(தொடர்ந்து)* 'ஆனா ஒன் குழந்தையைப் பத்தி, ஒன் பெண்டாட்டியைப் பத்தி யோசிச்சயாடா மடையா?'ன்னு கேட்டார். நான், 'யோசிக்கச் சமயமில்லே பெருமாளே'ன்/னேன்! 'என் பெண்ணுக்கு வரன் பார்க்க, எனக்கு வெளில போகறதுக்கு, மூச்சு விடறதுக்கு எதுக்குமே சமயமில்லே! நீங்க வந்துடறேளே'ன்னேன். சிரிச்சார்! வசீகரமான சிரிப்பு! 'காயமலர் நிறவா!

கருமுகில் போல் உருவா! கானக மாமடுவில் காளியன் உச்சியிலே தூய நடம் பயிலும் சுந்தர என் சிறுவா! உன் மகளுக்கு ஏத்தவன் சுந்தர்ங்கற சிறுவன்தான்! ஒன் வீட்டிலேயே இருக்கானே! எதுக்கு வெட்டிக்கு அலையறே?'

வசு : (ஆவலுடன்) அப்பிடிச் சொன்னாராப்பா?

சீனி : ஆமாம்மா!

(வசு தன்னை மறந்து சற்று நேரம் வெறித்து யோசிக்கிறாள்.)

லக்ஷ்மி : என்ன இருந்தாலும் சுந்தர் நல்லவன்தான். அவனுக்கு எவ்வளவுடி சம்பளம்?

சீனி : சம்பளமாம்! இதெல்லாம் பாரு! (சுற்றிலும் காட்டி) இதெல்லாம் சம்பளத்திலயா வந்தது? பெருமாள் குடுத்தார்! இதைச் சமாளிக்கறதுக்காக சுந்தர் வேணும்! ஒரு பெரிய ஆபீஸே வேணும். பக்த கோடிகளின் காணிக்கையைச் சமாளிக்க முடியலியே!

வசு : (சுந்தர் பற்றி நினைத்தவாறு) பெருமாள் அப்படிச் சொன்னாரப்பா? சுந்தர்னு?

சீனி : ஆமாம்மா!

(ஜோ வருகிறான்)

ஜோ : என்ன எல்லோரும் அன்பாப் பேசிண்டிருக்காப்பில!

சீனி : (சட்டென்று) லக்ஷ்மி, வசு! கொஞ்சம் என்னைத் தியானத்துல இருக்க விடறேளா?

(லக்ஷ்மியும் வசுவும் சேவித்து விட்டு புஷ்பம் பிரசாதம் வாங்கிக்கொண்டு உள்ளே செல்கிறார்கள். ஜோ ரசித்துச் சிரிக்கறான்.)

சீனி : என்ன ஜோ?

ஜோ : சரியான ஜனங்க! நீங்க உண்மையைச் சொன்னா பைத்தியம்னாங்க. பொய் சொன்னாக் கடவுள்ங் கறாங்க!

கடவுள் வந்திருந்தார் ○ 93

சீனி : எனக்கும் அதான் புரியவே இல்லே! இப்ப கடவுள் ராக்கெட்ல மாட்டிண்டிருக்கேன். எனக்கு இதுவும் புடிக்கலே. நிமிஷத்துக்கு நிமிஷம் எல்லாரும் என்னைச் சேவிச்சிண்டு, ஆசீர்வாதம் வாங்கிண்டு! நான் ஏதோ பிலாஸபி உபன்யாசம்னு ஔர்றதை எல்லாம் புஸ்தகமாகப் போட்டுண்டு! நான் சிரிச்சேன்னா 'பகவான் சிரிக்கறான்!' மூக்கைச் சிந்தினா, 'என்ன அழகா மூக்கைச் சிந்தறார் பாருடி!' சே, எனக்கு எல்லாத்தையும் விட்டுட்டு எங்கேயாவது ஓடிப் போய்டலாம்னு இருக்கு. கடவுளா இருந்து இருந்து போர் அடிச்சுப் போச்சு!

ஜோ : அதைத்தான் சொல்ல வந்தேன்! நீங்க இனிமே அப்பிடி இருக்க வேண்டாம். நான் கௌம்பற நேரம் வந்துடுத்து.

சீனி : *(திடுக்கிட்டு)* என்னது?

ஜோ : நேத்திக்கு மெஸேஜ் வந்தது. கப்பல் இன்னிக்கு வரப் போறது. வர நேரம்தான். திரும்பிப் போகணும் நான்... எப்பிடியும் எனக்கு எல்லாம் சுவாரஸ்யமா இருந்தது. நான் வந்ததுனால மொதல்லே ரொம்பக் குழப்பத்தை உண்டாக்கிட்டேன். ஆனா, அதுக்கு மேல எல்லாம் சரியாப் போயிடுத்து. சுந்தர் வந்தாச் சொல்லிடுங்கோ.

சீனி : *(கொஞ்சும் குரலில்)* ஜோ! ஜோ! நீ இன்னிக்கே போகணுமா?

ஜோ : இன்னிக்கே இப்பவே! *(வெளியே உஉஊ என்று சத்தம் கேட்கிறது)* இதோ வந்துட்டா!

சீனி : ஜோ! இரு! இரு! நீ இல்லாம நான் எப்பிடி அதிசயம் எல்லாம் பண்ணுவேன்?

ஜோ : எல்லாம் தீர்ந்து போச்சுன்னு சொல்லிடுங்கோ.

சீனி : ஜோ! இன்னிக்கு இன்னும் ஒருமணி நேரம் மட்டும் இருந்துட்டுப் போய்டேன். இன்னும் ஒரே மணி. அந்தப் பத்திரிகைக்காரர்கள் எல்லாம் என்னைப் பரிசோதிக்கறதுக்கு வரா. அவா முன்னாலே அவ

மானமாப் போய்டும். இவ்வளவு தூரம் ஒத்தாசை செஞ்சே. இந்த ஒரு தடவை மட்டும்... *(வெளியே விளக்குகள் பளிச்சிட)* ஜோ இருக்க மாட்டியா?

ஜோ : *சீனி மாமா!* ஒங்களுக்கு ஒத்தாசை செய்ய ஆசைதான். ஆனா அதுக்கு வேளை இல்லே. நான் வேற யுகத்து மனுஷன். எனக்கு இந்த யுகத்தில வாழ்வு இல்லே. நான் என்னைச் சேர்ந்தவங்க வாழற காலத்துக்குத் திரும்பிப் போகணும். அதே மாதிரி நீங்களும் ஒங்க பழைய வாழ்க்கைக்குத் திரும்பிப் போயி, என்னிக் காவது ஒருநாள் பாசாங்குகளை எல்லாம் வெலக்கி உண்மையைச் சந்திச்சுத்தான் ஆகணும். அது இன்னிக்கே இருக்கட்டுமே! பத்திரிகைக்காரங்க கிட்ட சொல்லிடுங்களேன். என்ன ஆய்டும்? எனக்கும் ஒங்களைச் சந்திச்சு ஒங்களோட இருந்ததுல பரிபூரணச் சந்தோஷம். I enjoyed every moment of it. *(வெளியே விளக்குகள் பளிச்சிட, மேடையில் மெலிதாக இருள்...)* போயிட்டு வரட்டுமா? *(கை கொடுக்கிறான், ஷாக் அடிக்கிறது)* ஸாரி, எர்த் பண்ணிக்க மறந்துட்டேன். *(கை குலுக்கிவிட்டு)* மாமா ஞாபகம் வெச்சுக்குங்கோ. சுந்தர் வந்தாச் சொல்லிடுங்கோ. *(ஜோ சற்றுக் கண்ணீருடன் பிரிகிறான். அந்த ஸ்பேஸ் ஷிப் தெரிகிறது. மறுபடி வினோத சத்தங்கள். அந்தத் தட்டு பறப்பது தெரிகிறது. மேடையில் வெளிச்சம் பரவ, சீனிவாசன் ஸ்தம்பித்துப் பார்த்திருக்க, சுந்தர் வருகிறான்.)*

சுந் : என்ன இது, திடீர்னு லைட் எல்லாம் இருண்டுது மாமா. எல்லாம் ரெடி! இன்னும் பத்து நிமிஷத்துல அவா வரா! நேஷனல் பிரஸ்! கேள்வி மேல் கேள்வி யாகக் கேட்டுத் தள்ளுவா. என்ன வேணா பதில் சொல்லுங்கோ! அப்புறம் மிரகிள்ஸ், அதிசய செயல்கள்! அதுலதான் வாயைப் பிளந்துடுவா. (மணியடித்து) ஜோ வந்தாச்சா? அவாளைக் கூப்பிடட்டுமா உள்ளே?

சீனி : *(திகைப்பு நிலையிலேயே)* சுந்தர், ஜோ போய்ட் டான்.

சுந் : எங்கே போய்ட்டான், சரியான சமயத்துல?

சீனி : அவன் யுகத்துக்குத் திரும்பிப் போய்ட்டான்!

சுந் : (திகைத்து) என்னது நெஜமாவா சொல்றேள்! (பரிதாபமாக) அப்ப இன்னிக்கு பெஞ்சு நாற்காலி நகராதா?

சீனி : இனிமே நகராது.

சுந் : ஓ, மை காட்! என்ன மாமா, இந்தச் சமயத்துல அவனை விட்டுட்டேளே! (தவிக்கிறான்.)

சீனி : அவன் வேளை வந்துடுத்து, போய்ட்டான்.

சுந் : இப்ப என்ன செய்யப் போறேள்?

சீனி : உண்மையைச் சொல்லிடறதுதான் நல்லது.

சுந் : உண்மை. உண்மையைச் சொல்லித்தான் என்ன ஆச்சு ஒங்களுக்கு? பைத்தியக்கார ஆஸ்பத்திரி.

சீனி : எது எப்பிடியோ! எனக்குக் கடவுளா இருக்கறதை விடப் பைத்தியமா இருந்துண்டு ஒரு மூலையில் கெடக்கறது தேவலைன்னு தோணறது.

சுந் : ...ம்ம்! எப்பிடிச் சமாளிக்கிறது இன்னிக்கி? கேன்ஸல் பண்ணிடலாம் பிரஸ் கான்ஃபெரன்ஸை.

சீனி : இந்த மாதிரி எத்தனை நாளைக்குச் செய்ய முடியும்? இன்னிக்குப் போட்டு ஒடைக்கிறதுதான் எனக்குச் சிலாக்கியமாகப் படறது.

சுந் : மாமா, ஒங்களுக்குத் தெரியாது. மாமா! அவா அவ்வளவு சுலபமா ஒங்களை விட மாட்டா.

சீனி : சுந்தர், நெறைய ஜனங்களை ஏமாத்தியாச்சு! எனக்கென்னவோ நடந்தது முழுக்கத் தப்பு, பாவம்னு படறது. ஜனங்களை முட்டாள் ஆக்கினத்துக்குப் பிராயச்சித்தம் பண்ணணும்.

சுந் : என்ன மாமா நீங்க! ஜனங்களை ஏமாத்தினதா எப்பிடிச் சொல்றீங்க? அவங்களோட Gullibilityயை எக்ஸ்ப்ளாயிட் பண்ணிண்டு என்ன செய்தோம்?

பள்ளிக்கூடம் கட்டறோம். கோயில் கட்டறோம். பசங்களுக்கு ஒத்தாசை செய்யறோம்... கோயில் கள்ளே சொல்ற அதே கடவுளைத்தானே நாமும் சொல்றோம். (Buzzre ஒலிக்க) அவா வந்துட்டா! பேசாம ஸ்மைல் பண்ணிண்டு இருங்கோ! எல்லாக் கேள்விகளையும் சமாளிக்கறேன்! *(சீனி உட்காரு கிறார். சாந்தமாகப் பத்திரிகைக்காரர்கள் மூன்று நான்கு பேர் வருகிறார்கள். ஒரு போட்டோ கிராபரும் வருகிறான். ஒருவன் ஒரு பார்ஸல் போல வைத்திருக்கிறான்.)*

சுந் : குட் ஈவினிங். வாங்க, வாங்க. சுவாமிக்கு இன்னிக்கு அவ்வளவா உடல் நிலை சரியில்லை.

நிரு 1 : சுவாமிக்கு ஜுரம்கூட வருமா என்ன?

சுந் : *(முறைத்து)* ஒங்க கேள்விகளை நீங்க சுருக்கமா வெச்சுக்கிட்டீங்கன்னா அவருக்குத் தொந்தரவு இல்லாம இருக்கும்.

நிரு 2 : மிஸ்டர் சீனிவாசன்! நீங்க செய்யறதெல்லாம் ஒரு வித ஏமாத்து வேலை. எல்லாம் ஹோக்ஸ். வெறும் Conferer's ட்ரிக்ஸ்னு ஒரு பிரபல பத்திரிகையில ஒருத்தர் எழுதியிருந்தாரே, அது வாஸ்தவமா?

சீனி : வாஸ்தவம்? புன்னகை.

சுந் : *(சமாளித்து)* உம்... அது வந்து... வாஸ்தவம்ங்கற துக்கும் வாஸ்தவம் இல்லைங்கறதுக்கும் இருக்கற அர்த்த வித்தியாசங்களை நீங்க உணர்ந்துக்கணும்.

சீனி : உளறாதே சுந்தர்! *(நிருபர்களிடம்)* நீங்க மேலே கேளுங்க?

நிரு 1 : உங்களால உங்களுடைய பிரபலமான தெய்வீகச் செயல் ஏதாவது இப்பச் செய்து காட்ட முடியுமா? போட்டோகிராபர் இருக்கார். ரெடியா படம் எடுக்கறதுக்கு.

சுந் : இப்ப அவர் ஒண்ணும் செய்யத் தயாராயில்லை. நீங்க போகலாம்.

சீனி : இப்ப மட்டும் இல்லே. இனிமே ஒண்ணும் செய்ய மாட்டேன். *(நிருபர்கள் கிறுக்குகிறார்கள்.)*

நிரு 2 : அப்படீன்னா நீங்க இதுவரைக்கும் செஞ்சது எல்லாம்?

சீனி : சிரித்து, சென்றது சென்றதே. இனி நடப்பதைப் பார்க்கலாம்! நான் சாதாரண மனுஷன்தான், சாமி யில்லே!

சுந் : இப்பிடித்தான் முதல்லேருந்து சொல்லிண்டு வரார்.

சீனி : சுந்தர்?

நிரு 3 : பார்சலைப் பிரித்து மிஸ்டர் சீனிவாசன் அல்லது சுவாமி சீனிவாசானந்த ஜோ? நீங்க வேறெதுவும் செய்யவேண்டாம். இந்தச் சொம்பை நாங்க வர வழில கடையில வாங்கிண்டு வந்தோம். இதி லேருந்து ஏதாவது விபூதி கிபூதி வரவழைச்சுக் குடுத்தீங்கன்னா போட்டோ எடுக்கறோம். ஒங்க ஜிப்பாவில் இருக்கு சூத்திரம்னு சில பேர் சொன் னாங்க. இப்ப பனியன் போட்டுக்கிட்டு எங்க முன்னால நீங்க இதைச் செஞ்சு காட்டினீங்கன்னா பொதுவா நம்பறோம்!

சீனி : உங்களை யாரு நம்பச் சொன்னா? நான் ஒரு ஹோக்ஸ்! அப்பிடியே வச்சுக்குங்களேன்.

நிரு 1 : அப்பிடிச் சொல்லிட்டா எப்பிடி? பக்த கோடி களுக்கு எல்லாம் செஞ்சு காட்டறிங்க! எங்களுக்குச் செஞ்சு காட்டக் கூடாதா? இந்தாங்க மிஸ்டர் சுந்தர்! உங்க சுவாமி கிட்ட குடுங்க. *(சொம்பைக் கொடுக் கிறார்.)* சுந்தர் பிரமிப்புடன் அதை வாங்கி சீனிவாச னின் கையில் கொடுக்க, அவர் உள்ளங்கையில் வாங்கி நிருபர் அருகில் செல்கிறார்.

சுந் : செஞ்சு காட்டுங்கோ ஸ்வாமி.

சீனி : இப்பவாவது புரிஞ்சுக்கட்டும். எனக்கென்ன? செம்பைக் கவிழ்க்கிறார். உடனே பொலுபொலு

வென்று நிருபர் மேல் விபூதி கொட்டுகிறது. போட்டோகிராபர் பளிச்சென்று படம் எடுக்கிறான்.

நிரு 1 : என்ன இது ஆச்சரியம்!

சீனி : *(திகைத்து)* அதானே பாத்தேன். எப்பிடி நடந்தது இது?

நிரு 2 : மன்னிச்சுடுங்க. ஒண்ணும் புரியாதது மாதிரிப் பேசி எங்களைக் கேலி பண்றீங்க நீங்க.

சீனி : நெஜமாகவே எனக்கு ஒண்ணும் தெரியாது.

நிரு 3 : சுவாமி ஒங்களுக்கா ஒண்ணும் தெரியாது. ஒங்களுக்கு எவ்வளவு தெரியுங்கறது எங்களுக்குத் தெரிஞ்சு போச்சு.

சுந் : அது போதும். இன்னொரு சமயம் சாவகாசமா பேட்டி கொடுப்பார். இப்பல்லாம் அந்த மிரகிள்ஸ் செஞ்சு காட்டறதே இல்லே. ஏதோ ஒங்களுக்காகத் தான் ஒண்ணு செஞ்சார். எப்பவாவது ரேராத்தான் (Rare) பண்ணுவார். பக்தர்களைக் கவனிக்கறதுக்கே நேரம் சரியா இருக்கு...

(நிருபர்கள் விபூதியைத் தொட்டுப் பார்த்து 'நிஜம் விபூதி! வாசனை விபூதி' என்று அதிசயிக்கிறார்கள்.)

சுந் : பின்னே பவுடரா...? சரி போய்ட்டு அப்புறம் ஒரு நாள் வாங்க ப்ளீஸ்!

(நிருபர்கள் உதறிக்கொண்டு செல்லும்போது 'Remarkable' என்றும் 'போட்டோ எடுத்துட்டேல்லே?' என்றும், 'I can not believe my eyes' என்றும் நடுவில் 'பாத்திரம் நம்முதுதானே?' என்றும் பேசிக்கொண்டு போகிறார்கள்.)

சீனி : *(திகைத்து)* சுந்தர், என்னாலயும் நம்ப முடியலே. நிஜமாவே எனக்குத் தெய்வீக சக்தி வந்துடுத்தா? ஜோ கூட இல்லியே! எப்பிடி இது சாத்தியம்?

சுந் : தெய்வீகமும் இல்லே, சக்தியும் இல்லே, எதுக்கும் இந்த மாதிரி ஒரு சிச்சுவேஷன் வரும்னு நான்

எதிர்பார்த்துண்டுதான் இருந்தேன். அவா வெளி ரூம்ல பேசிண்டபோது தெரிஞ்சுது. இந்த மாதிரி புதுசா ஒரு பாத்திரம் கொண்டு வந்து அதிலேருந்து சோதிக்க விபூதி வரவழைக்கச் சொல்லி ஒங்களைச் சோதிக்கப் போறான்னுட்டு! எதுக்கும் இருக் கட்டும்னு ரெண்டு விபூதிப் பொட்டலம், நாலஞ்சு விக்கிரகம் அப்பிடின்னு மறைச்சு வச்சிண்டேன். *(எல்லாவற்றையும் தனியாகச் சட்டைக்குள்ளிருந்து எடுத்துக் காட்டுகிறான்.)* உங்ககிட்ட சொம்பைக் குடுக்கறபோது விபூதியை உள்ளே தள்ளிட்டுக் குடுத்தேன்!... என்ன பண்றது? எதுக்கும் தயாரா இருக்கணுமே! *(சிரிக்கிறான்.)*

சீனி : *(திகைத்து)* அடப் பாவி!

சுந் : இனிமே சந்தேகப்பட மாட்டா! 'தெய்வச் செயல் களை எல்லாம் குறைச்சுண்டுட்டார். 12 வருஷத் துக்கு ஒரு தடவைதான் செய்வார்'னு பேப்பர்லே போட்டுடச் சொல்றேன்... ஆமாம், நம்ம விவகாரம் என்ன ஆச்சு?

சீனி : சொல்லிட்டேனே! பெருமாளோட பேசிட்டதாச் சொல்லியாச்சே! *(வசு வருகிறாள்.)*

வசு : *(மகிழ்ச்சியுடன்)* சுந்தர், பெருமாள் அப்பாகிட்டப் பேசினாராம்!

சுந் : சொன்னார். என்ன ஒரு அதிசயம் பார்த்தியா! என்ன பண்றது வசு! நாம பெருமாள் சொன்னதை மீற முடியுமா?

வசு : முடியாது சுந்தர்! எதுக்காக மீறணும்?

சுந் : *(சாமர்த்தியமாக)* மீறினா அவர் கோவிச்சுக்க மாட்டாரா? என்னதான் உனக்கு என்னைப் புடிக்க லேன்னாலும் பெருமாள் சொல்லை மீறக் கூடாதே!

(லக்ஷ்மி வந்து கொண்டிருக்க)

வசு : உன்னைப் புடிக்கலேன்னு யாரு சொன்னா?

சுந் : இருந்தாலும் உங்கம்மாவுக்கு என்னைக் கட்டோடு புடிக்காதே!

லக்ஷ்மி : சேச்சே! நான் வெறுமனே கத்தினேனே ஒழிய உள்ளூற எனக்கும் ஆசைதான்.

சீனி : *(திடுக்கிட்டு)* லக்ஷ்மி!

லக்ஷ்மி : மாப்பிள்ளையாக ஏத்துக்கணும்னு!

சீனி : அதானே பார்த்தேன்.

சுந் : சரி, சரி! பூஜைக்குச் சமயமாயிடுத்து. எல்லாரும் காத்திண்டிருக்கா...

(அவர்கள் மூவரும் குரலின்றி ஜாடைகளால் பேசிக் கொண்டு பூஜை ஏற்பாடுகள் செய்துகொண்டிருக்கும் போது... சீனிவாசன் மெதுவாக ஆடியன்ஸைப் பார்த்துக்கொண்டு முன்னே வருகிறார். பின்னணி யில் மெலிதாக பஜனை சத்தம் கேட்க ஆரம்பிக் கிறது.)

சீனி : *(சபையோரைப் பார்த்து)* பார்த்தீங்களா! இதுல எது உண்மை? எது கடவுள் செயல்? எப்பிடி நாம சொல்ல முடியும்! சயின்ஸ்ன்னு சொன்னா நம்பலை. கடவுள் பேர் சொல்லி நம்ப வெச்சாச்சு. எனக்கு இந்த மாதிரி ஏமாத்துறதுல இஷ்டம் இல்லேதான். ஆனா வேற வழியும் இருக்கிறதா எனக்குத் தென்படலே... இருந்தாக்கூட இப்பிடி ஏமாத்தறது மூலம் நல்லதுதான் நடந்திருக்கு. ‘பொய்மையும் வாய்மையுடைத்து புரை தீர்ந்த நன்மை பயக்குமெனின்’னு திருக்குறள் அடிக்கடி சொல்வேன். நிறைய நன்மைதான் ஏற்பட்டுதுன்னு கொஞ்சம் கொஞ்சமா என் புகழ் பரவி ஒரு பெரிய இயக்கமே ஏற்பட்டுப் போச்சுங்கறதெல்லாம் இருக்கட்டும். அதாவது சுவாமி சீனிவாசானந்தா மிஷன். எஸ்.எஸ்.எம்.னு எங்கேயும் ஏற்பட்டு எத்தனையோ ப்ராஞ்ச் வந்துடுத்து. ஆனால், அந்த மிஷன் பேரால் பெண்கள் ஸ்கூல்கள், காலேஜ்கள், வேதாந்தக் கூடங்கள், இலவச ஸ்காலர்ஷிப்புகள்,

கோயில்கள், இப்படி எங்களை அறியாம பயங்கரமா விரிஞ்சு, ஏறக்குறைய ஒரு சர்வதேச ஸ்தாபனமா ஆயிடுத்து. பக்கத்துல இருந்த காலி மனையை வாங்கி விஸ்தரிச்சு ஒரு பெரிய கோயில் ஒண்ணு கட்டியாச்சு. *(பஜனைசப்தம் கேட்கிறது.)* சந்தியா கால பஜனை ஆரம்பமாயிடுத்து பாருங்கோ! நான் போகணும், ஆயிரம் பேர் காத்துண்டிருக்கா. *(சிரித்து)* என் தரிசனத்துக்காகக் காத்துண்டிருக்கா... *(சுந்தர், வசு, லக்ஷ்மி மூவரும் அவரை நோக்கிய வாறு காத்திருக்கிறார்கள்.)*

சுந் : சுவாமி! வரேளா! பூஜைக்கு நாழியாயிடுத்து...

சீனி : *(திரும்பி)* வரேன்... நீங்கள்லாம் புறப்படுங்கோ. *(மீண்டும் ஆடியன்ஸைப் பார்த்து)* சுவாமின்னு என்னை ஆகாசத்துல ஏத்தி வச்சுட்டா எல்லாரும். என் நேரம் என்னது இல்லே. இப்ப நான் கோயிலுக்குப் போனா அப்பிடியே எல்லாரும் மண்டி போட்டுண்டு சேவிப்பா! நான் பார்த்தாலே போதும். உருகுவா! நான் சொல்ற ஒவ்வொரு சொல்லையும் வேத வாக்கா எடுத்துப்பா.

நம்ம ஸைக்காலஜி அப்பிடி... யாரையாவது, எதை யாவது விழுந்து சேவிச்சிண்டே இருக்கணும். ஆனா இதுலெல்லாம் ஒரு ரொம்பப் பெரிய இழப்பு இருக்கு. எனக்கு... என்னுடைய சுதந்தரம்!... ஹூம். எல்லாத்தையும் உதறிப் போட்டு கிராமத் துக்கே ஓடிப் போயிடலாம்னு தோணறது!

சுந் : சுவாமி அவாள்ளாம் காத்துண்டிருக்கா.

சீனி : *(உரக்க)* வரேன்! *(ஆடியன்ஸிடம்)* கொஞ்ச நாழி கடவுளா இருந்துட்டு வரேன். *(பின்னே திரும்பிச் செல்கிறார்.)* மெதுவாக பஜனையும் கோஷமும் பலத்து ஒலிக்கின்றன. துடிப்பான சத்தத்தில் சீனிவாசானந்தாவின் பிறப்பையும், தெய்வச் செயல்களையும் பற்றிப் பாட்டு கேட்கிறது. எல்லாம் வர வர அதிகமாகிறது. பின்னால் ஸைக் லோரமாத் திரையில் பெரிய கோயில் தெரிகிறது.

மேடையில் இருள்! எஸ்.எஸ்.எம். என்ற நியான் விளக்கு. அந்தக் கோயில் பளிச்சிட, சீனிவாசனின் உருவம் நிழலாகிக் கோயில் வடிவத்தில் கலக்கியது. பஜனை ஒரு மாபெரும் ஒலிக் கதம்பமாக மேலோங்கிச் செல்ல திரை விழுகிறது.

முற்றும்